आपण इतरांना ज्या प्रकारे पहातो आणि आपण आपल्या आसपासच्या लोकांबद्दल ज्या धारणा बाळगून असतो, ती आपली वास्तवीकता आणि कामाच्या वातावरणाला आकार देते. या पुस्तकात आपण नेतृत्त्वाच्या बाबतीत शिकलेल्या गोष्टी सांगणार आहोत आणि त्या धारणाच्या संदर्भात देखील सांगणार आहात, ज्यांना आपल्या अनुभवाप्रमाणे बनवायचे आहे. जग वेगाने बदलत आहे आणि त्यात हे गरजेचे आहे की जी मंडळी नेतृत्त्व आणि व्यवस्थापनासारख्या पदावर आहेत, ते सतत भूमिका व जबाबदारी बदलत आहेत. मग आपण युरोपात, अमेरिकेत, अफ्रीकेत किंवा पॅसिफिक रोम मध्ये असोत, प्रतिस्पर्धा सतत अशी मागणी करीत आहेत की आपण प्रडक्टसचे उत्पादन करणे आणि सेवा देण्यात उत्तम, अधिक कुशल, अधिक उत्पादक आणि अधिक फायदेशीर पद्धती शोधाव्यात.

यशस्वी नेते बना

डेल कारनेगी

डायमंड बुक्स

www.diamondbook.in

प्रकाशक :डायमंड पॉकेट बुक्स (प्रा.) लि.
X-30, ओखला इंडस्ट्रियल एरिया, फेज-II
नई दिल्ली-110020.
फोन : 011-40712200,
इे-मेल : wecare@diamondbooks.in
वेबसाइट : www.diamondbooks.in
प्रकाशन : 2025
मुद्रक : रेप्रो (इंडिया)

यशस्वी नेते बना
Yashaswi Nete Bana (Marathi)
by : *Dale Carnegie*

अनुक्रमणिका

आपल्याला माहित आहे काय की एखाद्या नेत्याचा सर्वांत महत्त्वाचा गुण कोणता आहे ? ही कार्यकारी योग्यता नाही आहे. ही सर्वोतम मानसिकता नाही आहे. हा दयाळूपणा नाही आहे. धाडस नाही आहे, हास्यबोध नाही आहे. असे असले तरी यापैकी प्रत्येक गुण महत्त्वाचा आहे. ती आहे मित्र बनविण्याची योग्यता, ज्याचा थोडक्यात अर्थ असा आहे की इतरांमध्ये चांगल्या गोष्टी पहाण्याची योग्यता.

-डेल कारनेगी

प्रकरण - १
समूहासमोर उत्तम सादरीकरण करणे

बहुतेक व्यवसाय सादरीकरणाचा उद्देश काही काम पूर्ण करणे हा असतो. जसे की एखाद्या ग्राहकाकडून काहीतरी खरेदी करण्याचे वचन घेणे, अधिवेशन किंवा धोरण बदलण्याचा निर्णय घेणे, योजना किंवा प्रकल्प स्वीकारणे किंवा इतर तत्सम कार्ये, सादरीकरणे जी केवळ 'नवीन कामाची माहिती किंवा अद्ययावत' म्हणून दिसतात ते देखील निर्णय किंवा कृतीचे आवाहन करते.

आपल्या संवादातून अपेक्षित परिणाम मिळविण्यासाठी आपले सादरीकरण चांगले तयार असले पाहिजे. आपल्या श्रोत्यांची आवड निर्माण व्हावी आणि चालू राहावी अशा प्रकारे त्याची सुरूवात झाली पाहिजे. आपले सादरीकरण स्पष्ट आणि मन वळवणाऱ्या पद्धतीने संपले पाहिजे.

प्रेक्षक कोण आहेत ?

प्रेक्षकांच्या अज्ञात अपेक्षा पूर्ण करणे हे न पाहिलेल्या लक्ष्यावर लक्ष ठेवण्याइतके कठीण आहे. हे केले जाऊ शकते, परंतु यशस्वी होण्याचा हा एक धोकादायक मार्ग आहे. तयारी प्रक्रियेत, श्रोत्यांबद्दल पुढील माहिती शोधण्यासाठी संशोधन करणे उचित आहे.

ज्ञानः प्रेक्षकांना या विषयाबद्दल किती माहिती आहे ते शोधा. 'माझ्यापेक्षा श्रोत्यांना जास्त माहिती आहे का ?' अप्रस्तुत श्रोत्यांसमोर कधीही जाऊ नका, परंतु प्रेक्षक अज्ञानी आहेत, असे समजून भाषण देण्याच्या फंदात पडू नका.

वकील स्टॅनले यांनी एल. सिटी नॅशनल बँकेच्या पर्यवेक्षकांसमोर सादरीकरण सुरू केले. यशस्वी नेता होण्यासाठी त्यांनी कामगार कायद्यातील अलिकडच्या नवीन बदलांची माहिती दिली.

त्याच्या लक्षात आले की प्रेक्षक कंटाळलेले आणि अस्वस्थ दिसत होते. पहिल्या ब्रेकमध्ये त्यांनी काही लोकांशी संवाद साधला, त्यावरून त्यांना समजले की ते दोघे पूर्वी याच विषयावरील चर्चासत्राला गेले होते. पर्यवेक्षकांना त्या क्षेत्रात किती माहिती आहे हे शोधण्यासाठी स्टॅनलीने कठोर परिश्रम केले असते, तर त्यांना आधीच माहित असलेल्या मूलभूत गोष्टींवर त्याने इतका वेळ घालवला नसता. मग तो आपले लक्ष त्या कायदेशीर गुंतागुंतींवर केंद्रित करू शकतो, ज्यांची आधीच्या प्रशिक्षणात चर्चा झाली नव्हती.

निपुणताः प्रेक्षकांची क्षमता आणि कौशल्याची पातळी देखील महत्त्वाची आहे, कारण ते या विषयावर आपल्याला कोणता दृष्टिकोन ठेवायचा आहे, हे ते ठरवू शकतात. जर प्रेक्षकांची व्यावसायिक किंवा तांत्रिक पार्श्वभूमी असेल, तर वक्ता त्यानुसार त्याचे सादरीकरण तयार करू शकतो. सहभागी विशेष प्रशिक्षण असलेले कर्मचारी असल्यास, आपण त्यांच्या कौशल्यानुसार उदाहरणे आणि तंत्रे तयार करू शकतो.

अनुभवः प्रेक्षकाला किती अनुभव आहे एवढेच नाही तर ते कोणत्या स्तरावर आहे, हेही पाहावे लागेल आणि कोणत्या वातावरणात ? प्रयोगशाळेचा अनुभव फील्ड वर्क किंवा फॅक्टरी अनुभवापेक्षा खूप वेगळा आहे. सादर केलेल्या मुद्यांची उदाहरणे आणि स्पष्टीकरणे त्यांच्या अनुभवाशी निगडीत असताना त्यांना अधिक चांगले वाटेल.

आवश्यकताः श्रोत्यांनी कार्यक्रमाला आनंदाने येण्यासाठी आणि समाधानी राहण्यासाठी, त्यांच्या गरजांवर लक्ष केंद्रित करणे आवश्यक आहे. पुरावा तयार करताना सिद्धांत महत्वाचा आहे, परंतु शेवटी आपण सिद्धांत कसा लागू केला जाऊ शकतो हे दाखवले पाहिजे.

इच्छाः गरजांबरोबरच आपण हेही लक्षात ठेवले पाहिजे. श्रोत्याला काय हवे आहे. इच्छा आणि गरज नेहमी सारखी नसते. जर आपण फक्त गरजा पूर्ण केल्या तर प्रेक्षकांना संतुष्ट करणे आणि त्यांना अभिनय करण्यास प्रवृत्त करणे कठीण आहे.

सॅली एल एक बुटीक सांभाळायची, जिथे महागड्या हॅंडबॅग, पोशाख दागिने आणि इतर वस्तू विकल्या जात. सेमिनारच्या पहिल्या वक्त्याने यशस्वी स्टोअर चालवण्यासाठी आवश्यक गोष्टी सांगायला सुरुवात केली, तेव्हा ती नाराज झाली.

वक्त्याच्या सूचना जोरदार होत्या, पण तिला त्या पटल्या नाहीत. तथापि, इतर लोकांनी आदर्श स्टोअरबद्दलची त्यांची स्वप्ने शेअर केली. वक्त्याने केवळ गरजाच सांगितल्या नाहीत तर गरजांवर लक्ष केंद्रित केल्यामुळे सॅली मोहित आणि रोमांचित झाली.

उद्दिष्टे: तुमच्या प्रेक्षकांची उद्दिष्टे जाणून घ्या आणि तुम्ही सादरीकरणाची योजना करत असताना ते लक्षात ठेवा. मानव संसाधन सल्लागार ॲलन एल. क्लायंटने कंपनीच्या एचआर कर्मचाऱ्यांच्या फायद्यांवर त्यांचे व्याख्यान तयार केले. याआधी त्यांनी विभागासाठी त्यांची अल्पकालीन आणि दीर्घकालीन उद्दिष्टे काय आहेत हे जाणून घेण्यासाठी एचआर व्यवस्थापकाशी बोलले, त्यानंतर त्यांनी सामान्य शब्दात बोलण्याऐवजी ही उद्दिष्टे लक्षात घेऊन व्याख्याने दिली.

उद्देश काय आहे ?

सादरीकरणाची उद्दिष्टे हाताच्या बोटावर मोजता येतील. सर्वाधिक स्वीकृत उद्दिष्टे ही आहेत:

मन वळवणे: अनेक सादरीकरणांचे उद्दिष्ट प्रेक्षकांना काहीतरी करून देणे हे असते. प्रेक्षकांना निर्णय घेण्यास किंवा कृती करण्यास प्रवृत्त करणे हे आव्हान आहे.

माहिती देणे: आणखी एक तार्किक हेतू म्हणजे माहिती पोहोचवणे, जेणेकरून प्रेक्षकांचे ज्ञान वाढेल. हे स्पष्टता आणि समज यावर लक्ष केंद्रित करते.

प्रोत्साहन देण्यासाठी: श्रोत्यांना त्यांचे मत बदलण्याची किंवा अलोकप्रिय कार्य करण्याची आवश्यकता असताना, सादरीकरणाचा उद्देश प्रोत्साहन हा असतो. प्रोत्साहनाचा उद्देश सहसा आत्मविश्वास प्रदान करण्याइतकाच असतो.

मनोरंजन करणे: एका अर्थाने प्रत्येक सादरीकरण मनोरंजक असले पाहिजे. त्यांना सकारात्मक विचारसरणीत राहण्यास आणि विश्वास ठेवण्यास सांगा, माहिती मिळविण्यासाठी आणि प्रोत्साहन देण्यासाठी खुले व्हा, यासाठी त्यांचे मनोरंजन करणे आवश्यक आहे. मनोरंजनाचा अर्थ नेहमी हसणे असा होत नाही, जरी तो त्याचा एक महत्त्वाचा भाग असू शकतो. व्यापक अर्थाने प्रेक्षकांचे मनोरंजन करणे म्हणजे आपण सादर केले, याचा त्यांना आनंद झाला आणि ते तिथे आहेत.

काय संदेश आहे ?

संदेश किती महत्त्वाचा आहे हे नमूद करणे अनावश्यक आहे, परंतु दुर्दैवाने कधीकधी सादरीकरणाचा संदेश एकतर नसतो किंवा ते अजिबात माहीत नसते. प्रस्तुतकर्ता विषयाबद्दल अस्पष्ट असू शकतो किंवा सादरीकरणामध्ये इतके संदेश असू शकतात की काहीही महत्त्वाचे ओळखणे अशक्य आहे. चांगले वक्ते त्यांचा संदेश चांगल्या प्रकारे जाणतात. प्रेझेंटेशन ट्रॅकवर ठेवण्यासाठी तयारीच्या वेळी ते हे लक्षात ठेवतात.

विश्वासार्ह रहाः मग तो ग्राहक असो, चेंबर ऑफ कॉमर्सचा सदस्य असो, सर्हिस क्लबचा सदस्य असो किंवा विधान समिती सदस्य असो, समूहासमोर आपण आपल्या कंपनीची जी छाप पाडतो त्यावरून आपले प्रेक्षक आपल्या कंपनीकडे कसे पाहतात हे ठरवतात. या विषयावरील आपली कौशल्ये आपल्या ग्राहकांवर किंवा श्रोत्यांवर आपल्या कंपनीची छाप सोडतात. व्यवसायिक प्रेक्षक कंपनी किंवा उत्पादनाबद्दल जे बोलले जातात त्यावर विश्वास ठेवत नाहीत, जोपर्यंत ते संदेश वाहकांवर विश्वास ठेवत नाहीत. व्यावसायिक लोक अनेकदा उच्च दावे करतात आणि त्यांच्या कंपनीची किंमत अतिशयोक्ती करतात. ही एक मोठी चूक आहे, कारण यामुळे त्यांची (आणि त्यांच्या कंपनीची) विश्वासार्हता आणि कार्यप्रदर्शनासह गमावली जाते. आपण आपल्या संस्थेबद्दल खरे आणि तथ्यात्मक दावे केले पाहिजेत. होय, नेहमी तथ्यांशी संबंधित फायदे मोजा. श्रोत्याचे फायदे.

सादरीकरणाची सुरूवातः सादरीकरणाची सुरूवात त्यातील सामग्रीपासून वेगळी असते. त्याचा स्पष्ट उद्देश वक्ता आणि संदेशाबद्दल श्रोत्यांची आवड जागृत करणे हा आहे. रॉजर एल्स यांनी त्यांच्या 'यू आर द मेसेज' या पुस्तकात म्हटले आहे की, आपण फक्त सात सेकंदात आपल्या श्रोत्यांवर छाप सोडतो. ती चांगली असो वा वाईट, छाप सोडली जात आहे. आजच्या वेगवान व्यावसायिक जगात, आपल्या श्रोत्यांचा विश्वास संपादन करण्यासाठी आणि व्यावसायिक विश्वासार्हता प्रस्थापित करण्यासाठी हे सात सेकंद महत्त्वाचे आहेत. जर एखादी वाईट पहिली छाप सोडली असेल तर, बाकीच्या सादरीकरणात दुरूस्त करणे नक्कीच खूप कठीण नाही पण अशक्य असते.

बरेच काही धोक्यात आहे, त्यामुळे आपल्या प्रेक्षकांनी आपल्याला सत्य, व्यावसायिक आणि विश्वासार्ह म्हणून समजणे अत्यंत महत्त्वाचे आहे. सादरीकरण सुरू होताच मत तयार होऊ लागते. आपण परिचय करून देण्याची योजना आखली पाहिजे. आपण वैयक्तिक आणि उत्स्फूर्त राहून विश्वासार्हतेशी संवाद साधला पाहिजे, जेणेकरून आपले श्रोते आपल्यावर विश्वास ठेवतील आणि आपण जे बोलतो त्यामध्ये सकारात्मक रस घ्यावा. लगेच त्यांचे लक्ष वेधून घेणाऱ्या एखाद्या गोष्टीपासून सुरूवात करा. चला काही उदाहरणे पाहूः

* आपल्या सर्वांना एक समान प्रमाणात मालमत्ता मिळालेली आहे.-वेळ.
* 'गेल्या वर्षी यूएस मध्ये एक दशलक्ष 'डिव्हाइस' विकले गेले होते, गंमत म्हणजे एकाही व्यक्तीला त्याची गरज नव्हती.

आवश्यकता किंवा स्वारस्य-आधारित प्रश्न

* जर मार्केट करण्याचा एक चांगला मार्ग असेल (उत्पादन किंवा सेवेचे नाव द्या), तुम्हाला त्यात रस असेल, बरोबर?
* जर मी तुम्हाला हृदयविकाराचा झटका कसा टाळायचा हे सांगायचे, तर तुम्ही नक्कीच ऐकाल, बरोबर?'

हे गूढ विधान

* जेव्हा तुम्ही तुमचे हात बांधता तेव्हा कोणता हात वर असतो.
  -उजवा किंवा डावा ?' (सुरूवातीचा उपयोग सवय बदलण्यासाच्या अडचणीवर देण्यात आलेल्या व्याख्यानात केला होता.)
* 'आपल्या कंपनीची संपत्तीचे भांडवल तुम्हाला ताळेबंदीत कधीच दिसणार नाही. (ही कर्मचाऱ्यांच्या महत्त्वाबद्दलच्या भाषणाची सुरुवात होती.)

अभिनंदन

* 'तुमच्या अध्यक्षांनी मला सांगितले की तुम्ही सामुदायिक भावना सुधारण्यासाठी खूप मोठा आधार आहात आणि मी त्याबद्दल तुमचे अभिनंदन. यावरून तुमच्याबद्दल असे दिसून येते की.... (दुपारच्या जेवणानंतर समाजातील सहकाऱ्यांच्या गटाला दिलेल्या व्याख्यानाची सुरूवात.)

* विक्रीत १२१ टक्के तुम्ही गेल्या अर्थसंकल्पात साधलेल्या वाढीबद्दल अभिनंदन. वर्ष हे तुमच्याबद्दल सांगते की...' (विक्री मीटिंगच्या सुरुवातीला विक्री व्यवस्थापक म्हणाला.)

टिप्पणीः स्तुतीने सुरूवात करताना ठोस किंवा वस्तुस्थितीवर आधारित टीकाटिप्पणी सर्वोत्तम असते. केवळ अनुमान किंवा अफवांवर आधारीत प्रशंसा करू नका, जी खोटी खुशामत समजली जाऊ शकते.

नाट्यमय घटनाः

गेल्या गुरुवारी संध्याकाळी मी माझ्या कारकडे गेलो तेव्हा मला एक सुंदर, चमचमीत, लाल रंगाची स्पोर्ट्स कार माझ्या मागून वेगाने येताना दिसली. अचानक मला टायरच्या घासण्याचा आवाज आला. जोराने ब्रेक लावण्यात आला होता, ज्यामुळे कारचा वेग कमी झाला होता. समोर मोठमोठे खड्डे असलेला जुना खड्डेमय रस्ता होता. लगेच माझ्या मनात कल्पना आली की आपल्या माहितीच्या जाळयाचीही कमी-अधिक प्रमाणात अशीच आवस्था आहे. आज बाजारात नवीनतम सॉफ्टवेअर आणि उपकरणे उपलब्ध आहेत, परंतु आम्ही कालबाह्य केबलिंग प्रणालीचा वापर करण्यात धन्यता मानत आहोत. एका सुंदर स्पोर्ट्स कारप्रमाणे, आपण नवीन फायबर-ऑप्टिकल नेटवर्कद्वारे क्षमतेसह अधिक चांगले काम करू शकतो.

संदेश

एकदा का प्रस्तावनेने प्रेक्षकांचे लक्ष वेधून घेतले की, सादरीकरणाची थीम किंवा संदेश स्थापित करणे आवश्यक होते. एका सुंदर सिम्फनीमध्ये, संगीतकार थीम उघड करतो आणि नंतर त्यावर विविधता निर्माण करतो. त्याचप्रमाणे व्याख्याता संदेश देतो आणि नंतर तथ्ये, माहिती आणि पुराव्यासह विकसित करतो.

प्रेक्षकांचे लक्ष वेधून घेणे हे सुरूवातीचे ध्येय आहे. संदेशाचे वर्णन विषयावर केंद्रित आहे. हे हेतू दर्शवू शकते, जसे कीः 'आपण नवीन बजेट प्रक्रियेच्या सकारात्मक आणि नकारात्मक पैलूंचे परीक्षण करणार आहोत.' हा एक प्रश्न देखील असू शकतो, जसे की, 'पुढच्या वर्षी बाजारातील हिस्सा १० ने वाढवायचा आहे.' कोणती पावले उचलली पाहिजेत ?' कधीकधी संदेश विधान युक्तिवादाचा

प्रस्ताव म्हणून सादर केले जाते, जसे कीः 'जर...सत्य असेल, तर...देखील सत्य आहे आणि...नैसर्गिक परिणाम आहे.'

पुरावा शंका दूर करतो

पुरावा देणे हे प्रभावी सादरीकरणाचा एक आवश्यक भाग आहे. असे प्रश्न अनेकदा श्रोत्यांच्या मनात रेंगाळत राहतात, जरी त्यांना विचारले नाही की, 'मी तुझे का ऐकू ? 'मी तुझ्यावर विश्वास का ठेवू ? 'हे तुझ्याशिवाय कोण म्हणतंय ? 'जेव्हा आपल्याला आपला दृष्टिकोन इतरांना पटवून द्यायचा असतो तेव्हा पुरावा हे एक मूलभूत साधन असते. पुरावे कसे विकसित करायचे आणि कसे वापरायचे याबद्दल प्रकरण ६ मध्ये चर्चा केली जाईल. सादरीकरणाचा समारोप करताना सादरीकरणाची सुरुवात अशी असावी. चांगली पहिली छाप सोडण्यासाठी शेवट असा असावा की चांगली छाप मजबूत आणि चिरस्थायी असेल. काही उदाहरणे पहा. काही शब्दात सारांश द्या.

* थोडक्यात, लक्षात ठेवण्यासारखे मुख्य मुद्दे आहेत...
* म्हणून आपण हे पाऊल उचलले पाहिजे.

अधिक चांगल्यासाठी आग्रह धरा'.

* कंपनीच्या हिताखातर
* चांगल्या समाजासाठी.
* दुष्काळ कमी करण्यासाठी.
* तुमचे योगदान लोकांचा जीव वाचवू शकते.

आव्हान स्वीकारा

* हे तुमच्यावर अवलंबून आहे.
* ही उद्दिष्टे प्रत्यक्षात आणणारे तुम्हीच आहात.

आपल्या विचाराचे नाटकीयकरण करा

* अंतिम प्रकल्प दर्शविण्यासाठी स्लाइड

* संघाच्या प्रगतीचे चित्र
* प्रेक्षकांना चिन्हे किंवा लॅपल पिन वितरित करा

सर्वात महत्वाचे मुद्दे पुन्हा सांगा

* आपले उद्दिष्टे साध्य होतील.
* तुमचे उत्पन्न इतक्या टक्केवारीने वाढेल.

उत्साहवर्धक विधान वापरा

* आणखी आर्थिक काळजी करू नका.
* तुमच्या मुलांना आनंदी, निरोगी आणि सुरक्षित पाहण्याची कल्पना करा.
* तुमच्या स्वतःच्या कुटुंबासाठी दररोज एक तास अधिक देऊ शकता.

उदाहरणे वापरा

* प्रासंगिक आणि प्रत्यक्ष उतारे वापरा
* तुम्ही जे उतारे वापरत आहात, ते तुम्हाला माहित हवे.

वैयक्तिक पातळीवर बोला

* जसे की सूजन आणि बेट्सीने दाखवून दिले आहे, आपण सादरीकरणाच्या या पातळीवर पोहोचू शकतो.
* आमच्या कार्यसंघाने टॉम आणि जॉनच्या उदाहरणाचे अनुसरण केल्यास, आपण आपले उद्दिष्टे साध्य करू.'

प्रश्न-उत्तर कालावधी

प्रश्न-उत्तर कालावधीला प्रभावीपणे नियंत्रित करण्यासाठी, प्रश्न आणि उत्तरासाठी किती द्यायचे हे सुरुवातीला स्पष्ट करा. उत्तरे लहान आणि मुद्देसूद आहेत.

उत्तरे लहान ठेवण्याचा सामान्य नियम आहे. प्रेझेंटेशनमध्ये त्या वेळी बोलल्या गेलेल्या शब्दापेक्षा लहान उत्तरे अधिक प्रश्नांना अनुमती देतात तेव्हा अधिक फायदेशीर ठरते.

श्रोते प्रश्न विचारून भाषण देण्यास सुरूवात करतात याची खात्री करा. असे झाल्यावर त्याला विनम्रपणे प्रश्न विचारण्यास सांगा. प्रश्नोत्तराच्या तासावर कोणाचीही

मक्तेदारी होऊ देऊ नये हेही महत्त्वाचे आहे, त्यावर नियंत्रण ठेवण्याची जबाबदारी आपली आहे.

जर आपल्याला प्रश्नांचे उत्तर माहित नसेल तर आपल्याला स्पष्टपणे सांगा. प्रामाणिकपणामुळे आदर मिळतो.

प्रश्न-उत्तर सत्राची सुरूवात करणे

साधारणपणे सादरीकरणानंतर लगेचच कर्कस आवाज होतो. या वेळी असे म्हणणे योग्य आहे की 'प्रश्नांचे उत्तर देण्यासाठी दहा मिनिटे आहेत. पहिला प्रश्न कोण विचारत आहे?' या आग्रहामुळे हे स्पष्ट होते की आपल्याला प्रश्नांची अपेक्षा आहे आणि पहिला प्रश्न विचारण्याची वेळ आली आहे. तुमच्या चेहऱ्यावर आशावादी देखावा ठेवा आणि हात वर करा. यावरून प्रेक्षकांना काय करायचे याची कल्पना येते. प्रश्न कर्त्याकडे पहा, लक्ष केंद्रित करा आणि ऐकण्याचे कौशल्य दाखवा. आनंददायी हावभावाने प्रश्नाचे स्वागत करा. एकदा आपण प्रश्न ऐकला आणि समजून घेतला की, बाकीच्या श्रोत्यांकडे वळा आणि आमच्या स्वतःच्या शब्दात प्रश्न पुन्हा करा. अशा प्रकारे आपल्याला आपल्या कल्पना संकलित करण्यासाठी थोडा वेळ मिळेल आणि हे पण निश्चित होते की प्रत्येक व्यक्तीने प्रश्न ऐकला आहे. कदाचित सर्वात महत्त्वाचे म्हणजे, ते आपल्यावर नियंत्रण ठेवतात आणि त्याला ते 'आपला' प्रश्न बनवतात. प्रश्न पुन्हा केल्याने आपल्याला प्रश्नातून 'डंख' किंवा 'काटा' बाहेर काढण्याची संधी देखील असते.

जर ते विरोधी श्रोत्यांनी विचारले असेल. जेव्हा कोणी प्रश्न विचारत नाही तेव्हा काय करावे ? कधीकधी जेव्हा व्याख्याता प्रश्न आमंत्रित करतात तेव्हा श्रोते प्रतिसाद देत नाहीत. अनेकदा याचा अर्थ असा होतो की आपल्या श्रोत्यांना प्रश्न विचारणे किती सुरक्षित' आहे याची खात्री नसते. स्वतःला प्रश्न विचारल्याने प्रेक्षकांना प्रेरणा मिळेल. उदाहरणार्थ, आपण असे म्हणू शकतोः 'हा प्रश्न अनेकदा विचारला जातो.. आणि नंतर त्या प्रश्नाचे उत्तर द्या. नंतर विचारा, 'पुढील प्रश्न कोण विचारत आहे?' 'हे सहसा येणाऱ्या प्रश्नांचा मंच तयार करते. काही क्षणांच्या शांततेने घाबरून जाण्याची गरज नाही. आपल्याला जशी ती हवी असते तशी ती प्रेक्षकांना देखील हवीच असते. तरीही, प्रेक्षक शांत राहिले तर, नंतर

दुसरा प्रश्न विचारा आणि त्याचे उत्तर द्या. नंतर लक्षपूर्वक ऐकल्याबद्दल श्रोत्यांचे आभार किंवा औपचारिक सादरीकरणाच्या समाप्तीची पुनरावृत्ती करा.

प्रश्नोत्तराचा काळ कसा संपवावा

जेव्हा आपल्याला माहित असेल की आली वेळ संपणार आहे तेव्हा चालू प्रश्नोत्तराचे सत्र कसे संपवायचे, विचारा, 'कोणाला काही विचारायचे आहे काय' हे श्रोत्यांना सूचित करते की प्रश्नोत्तराचे सत्र संपणार आहे. समारोपाच्या प्रश्नाचे उत्तर दिल्यानंतर, श्रोत्यांच्या स्वारस्याबद्दल त्यांचे आभार माना किंवा, योग्य असल्यास, औपचारिक सादरीकरणाच्या समाप्तीची पुनरावृत्ती करा.

व्हिज्युअलचा वापर

व्हिज्युअल वापरणे प्रेझेंटेशनची परिणामकारकता वाढवू शकते, परंतु असे बरेच अडथळे देखील आहेत ज्यांना केवळ सादरीकरण वेगळे करण्यासाठी दूर केले जाऊ शकते. या कारणास्तव, सादरीकरण प्रेझेंटरवर केंद्रित असले पाहिजे, व्हिज्युअलवर नाही.

व्हिज्युअल साधनांचा मूळ उद्देश प्रेक्षकांना सादरीकरण सहज समजावे.

व्हिज्युअलने आपल्या सादरीकरणांना समर्थन दिले पाहिजे; ते आपल्या सादरीकरणाचे केंद्र नसावेत. व्हिज्युअल्स सादरीकरणात रंग, नाटक आणि गती जोडतात. उद्देश, प्रेक्षकांची संख्या, संदेशाची रणनीती आणि सामग्री, ते तयार करण्यासाठी संसाधनांची उपलब्धता आणि संपूर्ण सादरीकरणाचे ध्येय यावर आधारित व्हिज्युअल निवडा.

व्हिज्युअल्सचा विचार करा

* जेव्हा प्रेक्षकांना रिक्त आकडेवारी समजणे कठीण असते. जर डेटा महत्त्वाचा असेल, तर तो न पाहता समजून घेणे नक्कीच अवघड आहे, जर अशक्य नाही. ते कंटाळवाणे देखील असू शकते.
* जेव्हा अनेक गोष्टींची यादी बनवायची असते. जर त्यांची तुलना करायची असेल किंवा क्रम खूप महत्त्वाचा असेल तर ते पाहणे आवश्यक आहे. हे चरण स्पष्ट आणि लक्षात ठेवण्यास मदत करते.

* जेव्हा तुम्ही एखादी जटिल प्रक्रिया समजावून सांगता. हे प्रेक्षकांना त्यांच्या गतीने समजून घेण्यास अनुमती देते. काही लोकांना नातेसंबंध इतरांपेक्षा जलद समजत असल्याने,

तुम्हीच सागा, तुम्हाला कोणत्या विचारावर विश्वास आहे ? उत्तर तुम्हाला माहित आहे. तर मग काय हा मूर्खपणा नाही काय की तुम्ही तुमचे विचार इतरांचया गही उतरविण्याचा प्रयत्न करीत आहात. काय यामध्ये शाहाणपणा असणार नाही की सल्ले आपणच देतो आणि समोरच्याला निष्कर्ष काढायला आपणच लावतो- डेल कारनेगी.

व्हिज्युअल दोन्ही प्रकारच्या लोकांची काळजी घेतात. स्मरण महत्वाचे आहे. ऐकलेल्यापैकी फक्त २० टक्के लक्षात राहते. जे पाहिले जाते त्यातील फक्त ३० टक्के लक्षात राहते. पण जे ऐकले आणि पाहिले जाते, त्याचा ५० टक्केपेक्षा अधिक भाग लक्षात रहातो. व्हिज्युअल्सचा वापर केवळ सादरीकरणाला अधिक मनोरंजक बनवत नाही, तर यामुळे हे पण निश्चित होते की श्रोता महिती कशाप्रकारे गृहण करतो आणि लक्षात ठेवतो.

आपण अनेक प्रकारच्या व्हिज्युअल वापर करू शकतो. प्रेक्षकांसाठी आणि सादरीकरणाच्या मुद्यांसाठी योग्य असलेली दृश्ये निवडा आणि जास्तीत जास्त प्रभाव पाडा. ते हाय-टेक कॉम्प्युटरवर केलेले सादरीकरण असू शकते किंवा साधे फिलप चार्ट आणि चॉकबोर्ड किंवा व्हाईटबोर्ड देखील असू शकते.

साध्या आणि शक्तिशाली सॉफ्टवेअरच्या विकासासह आणि प्रोजेक्शन टूल्सची प्रगती आणि उपलब्धता यामुळे व्यावसायिक निर्मितीमध्ये संगणकाद्वारे तयार केलेली सादरीकरणे सामान्य झाली आहेत. मायक्रोसॉफ्टचा पॉवरपॉइंट प्रोग्राम आज अनेकदा वापरला जातो, कारण तो व्हिज्युअल सामग्री तयार करण्यात अधिक सर्जनशीलतेला अनुमती देतो आणि वापरण्यास सोपा आहे.

संगणक सादरीकरण आगाऊ तयार केले जाऊ शकते. ते प्रेक्षकांसमोर देखील केले जाऊ शकतात. हे सर्व सादरकर्त्याच्या उपकरणे, ज्ञान आणि कौशल्यावर अवलंबून असते. एलसीडी पॅनेल आणि पोर्टेबल प्रोजेक्टरसह संगणकीकृत सादरीकरणे कोठेही घेतली जाऊ शकतात. व्यावसायिक आणि शैक्षणिक क्षेत्रात बरीच सादरीकरणे

केली जातात. संगणकांवर भरपूर डेटा तयार केला जातो आणि त्याची देखभाल केली जाते, त्यामुळे संगणकांना व्हिज्युअल साधनामध्ये भूमिका बजावणे स्वाभाविक आहे.

व्हिज्युअल एडचे प्रकार

व्हिज्युअल कॉम्प्युटरवर किंवा इतर कोणत्याही स्वरूपात तयार केलेले असले तरीही, माहिती पोहोचवण्याचे अनेक मार्ग आहेतः

* **बार किंवा पाई आलेखः** चार्ट आणि आलेख प्रेक्षकांसाठी मोठी माहिती सुलभ करू शकतात आणि त्यावर जोर देऊ शकतात. व्हिज्युअल श्रोत्यांना कल्पनांवर जलद लक्ष केंद्रित करण्यास अनुमती देतात, त्यामुळे चांगले तयार केलेले तक्ते आणि आलेख निर्णय घेण्याची गती वाढवू शकतात. बऱ्याचदा याचा अतिरिक्त फायदा देखील होतो की मीटिंग कमी केली जाते, जे सामान्यतः प्रत्येकाला आनंदीत करते. दोन गोष्टींची तुलना करण्यासाठी बार चार्टचा सर्वोत्तम वापर केला जातो. उदाहरणार्थ, दोन वर्षाचे एकूण उत्पन्न इ. बार चार्टचा वापर तीन किंवा चार गोष्टींची तुलना करण्यासाठी देखील केला जाऊ शकतो, जसे की कंपनीची तीन सर्वात जवळच्या स्पर्धकांसह तुलनात्मक स्थिती. रेषा आलेख वेळेनुसार बदलांची रूपरेषा करण्यासाठी चांगले कार्य करतात. कंपनीच्या महिन्या-दर-महिना किंवा वर्ष-दर-वर्ष कामगिरीचा अहवाल देण्यासाठी हे प्रभावी आहे. यामुळे श्रोते त्वरित प्रवृत्तीना ओळखतात. जेव्हा आपल्याला एखाद्या जटिल घटकाची रचना दर्शवायची असते, जसे की संपूर्ण घटकाच्या वेगवेगळ्या भागांची तुलना करणे आवश्यक असते तेव्हा पाई चार्ट आदर्श असतात. पाई चार्ट स्पष्टपणे भागांचे आनुपातिक संबंध ग्राफिक पद्धतीने दाखवून संपूर्ण रचना दर्शवितो. व्हिडिओः व्यावसायिकरित्या प्रस्तुत केलेली चित्रे आणि प्रात्यक्षिक व्हिडिओंद्वारे शक्य तितकी उच्च दर्जाची चित्रे. उपकरणांच्या आकारमानामुळे आणि परवडण्यामुळे, व्हिडिओ सादरीकरणे अनेक सादरीकरण प्रसंगी व्यावहारिक आहेत. व्हिडिओ प्रतिमा रेकॉर्ड करणे, पाठवणे, पाहणे, संपादित करणे आणि मुद्रित करणे सोपे, व्यावहारिक आणि किफायतशीर आहे. व्हिडिओ संपूर्ण सादरीकरणासाठी

वापरला जाऊ शकतो किंवा इतर मार्गांनी तयार केलेल्या सादरीकरणामध्ये ५-१० मिनिटांचा व्हिडिओ टाकून काही मुद्दे स्पष्ट करण्यासाठी वापरला जाऊ शकतो. विषयांच्या विस्तृत श्रेणीवरील व्हिडिओ विकत घेतले किंवा भाड्याने दिले जाऊ शकतात. ऑनलाइन किंवा लायब्ररीमध्ये काय उपलब्ध आहे ते पहा.

* **३५ एमएम स्लाइड:** जरी संगणकाद्वारे तयार केलेल्या सादरीकरणांमुळे ३५ एमएम स्लाइडस् अनावश्यक झाल्या आहेत, तरीही बऱ्याच लोकांना त्या मनोरंजक, उत्तेजक आणि व्यावहारिक वाटतात. रंगीबेरंगी, त्रिमितीय, स्थिर प्रतिमा दाखवण्याचा हा एक स्वीकृत मार्ग आहे. व्हिडिओंप्रमाणे, स्लाइडस प्रेझेंटेशनच्या १०-ते १५-मिनिटांच्या सेगमेंटपर्यंत मर्यादीत असताना सर्वात प्रभावी असतात.

* **ओव्हरहेड पारदर्शकता:** जेव्हा प्रेक्षक गट लहान असतो किंवा जेव्हा संगणक उपलब्ध नसल्यास, ओव्हरहेड प्रोजेक्टर हे एक साधे सादरीकरण साधन आहे आणि अधिपासूनच बनवणे सोपे असते आणि वक्ता ट्रान्सपेरन्सीवर सामग्री लिहू शकतो.

* **फिल्प चार्ट:** फिल्प चार्ट प्रेझेंटेशनला झटपट व्हिज्युअल सपोर्ट देतात आणि अनेकदा प्रेक्षकांनी दिलेली माहिती समाविष्ट करतात, त्यामुळे ते खूप विश्वासार्ह असतात. ते मीटिंगच्या आधी तयार केले जाऊ शकतात किंवा ते प्रेक्षकांसमोर तयार केले जाऊ शकतात. हे अर्ध-स्थायी साधन मीटिंग किंवा प्रशिक्षण प्रक्रियेत नमूद केलेल्या मुद्यांचे सतत स्मरण करून देणारे असू शकते. फिल्प चार्ट शीट खोलीभोवती ठेवल्या जाऊ शकतात जेणेकरून सहभागी त्यांना पाहिजे तेव्हा पाहू शकतील.

* **व्हाईट बोर्ड:** व्हाईट बोर्डवर सहज लिहिता आणि मिटवता येते. हे फॅशनचे चॉकबोर्ड बदलू लागले आहेत. व्हाईट बोर्डची उपयुक्तता गटाच्या आकारानुसार मर्यादित आहे, परंतु ते विचारमंथन सारख्या नैसर्गिक सहभागी क्रियाकलापांसाठी उपयुक्त आहे.

पत्रकं

सादरीकरणामध्ये अतिरिक्त माहिती आणि गोषवारा वितरीत केल्या जाऊ शकतात. ते सहसा सहाय्यक डेटा, कार्यपत्रके, बाह्यरेखा किंवा प्रश्नावली प्रदान करण्यासाठी वापरले जातात. हे चांगले तयार आणि मुद्रित केले पाहिजे कारण प्रस्तुतकर्त्याची प्रतिष्ठा त्यांच्यावर अवलंबून असते. जर पत्रकाचा उद्देश श्रोत्यांनी काय बोलायचे आहे, ते लिहू नये असा असेल तर ते सादरीकरणाच्या सुरुवातीला वितरित केले पाहिजे आणि प्रेक्षकांना कळवले पाहिजे. जर ते सादर करायच्या माहितीला पूरक असेल तर ते सादरीकरणाच्या शेवटी दिले जावे.

पत्रक सादरीकरणामधील माहिती सखोल करू शकतात. पत्रक व्हिज्युअलमध्ये दर्शविलेले बुलेट पॉइंट्स अधिक माहिती देऊ शकतात. श्री. ताओसाठी जी माहिती रंजक असू शकते, परंतु कमी वेळेत नाही सांगितली जाऊ शकते. जसे की संदर्भ, संसाधने, केस स्टडी आणि साइडबार यांसारखी माहिती पत्रकात समविष्ट केल्या जाऊ शकते.

प्रकरण - २

नेतृत्त्व करा- बॉस बनू नका

व्यवस्थापनाचे महान चिंतकापैकी एक असणारे पीटर ड्रकर यांनी लिहिले आहे की, 'ज्याला आपण व्यवस्थापन म्हणतो यात अनेकांना काम करणे कठीण करणे याचा समावेश आहे.'

व्यवस्थापक फसे का करतात ? कोणत्या करणामुळे ड्रकर असे लिहिण्यास भाग पडले ? व्यवस्थापन किंवा पर्यवेक्षकांच्या पदांवर असलेले बरेच लोक त्यांच्या कर्मचाऱ्यांशी ते रोबोट असल्यासारखे वागतात, त्यांच्याकडून नियमांचे अचूक पालन करण्याची अपेक्षा असते आणि आपण काम करताना स्वतःचा पुढाकार, सर्जनशीलता आणि मानसिक शक्ती वापरू नये. ते स्थापित नियम, धोरणे, कार्यपद्धती आणि दिनचर्या यांचे पालन करण्याबद्दल इतके चिंतित आहेत की ते त्यांच्या अंतर्गत काम करणाऱ्या प्रत्येक कर्मचाऱ्याकडे असण्याची शक्यता दुर्लक्षित करतात. जे व्यवस्थापक कामाचे व्यवस्थापन करण्याऐवजी त्यांच्या कर्मचाऱ्यांचे प्रामाणिकपणे नेतृत्व करतात त्यांना केवळ चांगले परिणाम मिळत नाहीत तर ते कर्मचाऱ्यांचे संघ देखील तयार करतात, जे त्यांच्या कामाच्या आणि जीवनाच्या प्रत्येक पैलूमध्ये यश मिळविण्यासाठी समर्पित असतात.

नेते सेवा करतात

खरा नेता त्याच्या कर्मचाऱ्यांची सेवा करतो. याच्या उलट नाही होत. बहुतेक संस्थांमध्ये दिसणारी सामान्य रूपरेषा एक त्रिकोण आहे. शीर्षस्थानी बॉस असतो, जो मध्यम व्यवस्थापनाला आदेश देतो, जो पर्यवेक्षकांना आदेश देतो, जो नंतर कर्मचाऱ्यांना आदेश देतो. त्रिकोणाच्या तळाशी ग्राहक आहेत, ज्यांच्याबद्दल आपण आशा करतो की त्यांनी आपल्या सेवेबद्दल समाधानी असतील.

प्रत्येक थराचा उद्देश हा आपल्यावरील थराची सेवा करणे हा आहे. पारंपारिक धोरणात, कर्मचारी त्यांच्या पर्यवेक्षकांची सेवा करतात, पर्यवेक्षक त्यांच्या व्यवस्थापकांची सेवा करतात आणि ते शेवटी मोठ्या बॉसची सेवा करतात. तळाशी असलेल्या ग्राहकाकडे जवळपास दुर्लक्ष केले जाते. हा त्रिकोण उलट केला पाहिजे. उच्चस्तरीय व्यवस्थापनाने मध्यम स्तरावरील व्यवस्थापकांना सेवा दिली पाहिजे, ज्यांनी त्यांच्या पर्यवेक्षकांना सेवा दिली पाहिजे, जे कर्मचाऱ्यांना सेवा देण्यासाठी आहेत आणि सर्वांनी मिळून ग्राहकांना सेवा दिली पाहिजे.

नेते त्यांच्या कर्मचाऱ्यांची सेवा करतात

हॉटेल उद्योजक जे. विली मॅरियटने म्हटल्याप्रमाणे, 'माझ्या लोकांना प्रोत्साहन देणे, शिकवणे, मदत करणे आणि त्यांची काळजी घेणे हे माझे काम आहे.' शेवटचा मुद्दा विचारात घ्या, त्यांची काळजी घ्या. चांगले नेते खरोखरच त्यांच्या कर्मचाऱ्यांची काळजी घेतात. ते त्यांची ताकद आणि मर्यादा, त्यांच्या आवडी-निवडी, ते कसे वागतात आणि प्रतिक्रिया देतात याबद्दल अधिकाधिक शिकतात. ते त्यांच्यासोबत काम करण्यासाठी वेळ काढतात, त्यांना त्यांची कामे प्रभावीपणे करण्यासाठी आवश्यक असलेली संसाधने, साधने आणि ज्ञान प्रदान करतात. सर्व काही नियमांनुसार व्यवस्थित चालले आहे की नाही किंवा प्रत्येक लहान तपशील पाळला जात आहे की नाही याची काळजी घेऊन ते त्यांच्या मार्गात येत नाहीत. जेव्हा लोकांना बॉसकडून काय हवे आहे याबद्दल सर्वेक्षण केले जाते, तेव्हा जवळजवळ सर्वात वरची गोष्ट लक्षात येते ती म्हणजे मला पाठिंबा देणारा बॉस. हा असा बॉस आहे, ज्याकडे कोणताही कर्मचारी प्रश्नासह संपर्क साधू शकतो आणि त्याला किंवा तिला मूर्ख किंवा बॉस समजले जाईल अशी भीती वाटत नाही, ज्यावर कर्मचारी अशा बॉसपेक्षा माहिती, प्रशिक्षण आणि सूचनांसाठी अवलंबून राहू शकतात. जो नेहमी मागणी करतो आणि आदेश देतो. हा एक बॉस आहे, जो लोकांची क्षमता विकसित करण्यात मदत करतो, फक्त गोष्टी पूर्ण करण्यासाठी त्यांचा वापर करत नाही.

आपल्या कर्मचाऱ्यांना सक्षम करा

खरे नेते त्यांच्या कर्मचाऱ्यांना 'सक्षम' करतात. सशक्तीकरण हा शब्द आजच्या व्यवस्थापनात फॅशनेबल झाला आहे, परंतु फॅशनेबल शब्द

जो व्यक्ती दूरपर्यंत जातो आणि सामान्यपणे असे काम करण्यास आणि धाडस दाखविण्यास इच्छुक असतो, सुरक्षित ठेवलेली नाव कधीही किणाऱ्यापासून दूर नाही जाऊ शकत नाही.-डेल कार्नेगी

अनेकदा सध्या स्वीकारल्या गेलेल्या संकल्पनेचा सारांश देतात. हे एका कायदेशीर शब्दापासून घेतले आहे, ज्याचा अर्थ एका व्यक्तीकडून दुसऱ्या व्यक्तीकडे काही कायदेशीर अधिकारांचे हस्तांतरण. तथापि, आजच्या व्यवस्थापन परिभाषेत व्यवस्थापकाच्या अधिकारात आणि नियंत्रणामध्ये अधिनस्थांना वाटा देण्यासाठी याचा वापर अधिक व्यापक अर्थाने केला जातो. जी व्यक्ती नोकरी कशी करावी याबद्दल सर्वात जास्त निर्णय घेत नाही, त्याच्याकडे सहसा वागण्याचे आणि दाखवण्याचे धैर्य असते. त्याऐवजी इच्छुक कर्मचारी, राखीव लोकांना काम करावे लागेल, ते निर्णय प्रक्रियेत सहभागी होतात. जेव्हा या निर्णयांमध्ये लोकांचा थोडासा वाटा असतो, तेव्हा ते एखादे काम कसे केले जाते याबद्दल अधिक जाणून घेत नाहीत, तर त्यात सहभागी होऊन कर्मचारी त्याच्या यशासाठी अधिक समर्पित होतात.

व्यवस्थापन विरूद्ध नेतृत्व

व्यवस्थापन यावर जोर देते की कर्मचारी ऑर्डरचे पालन करतात, अनेकदा प्रश्न न करता. 'हे असेच कार्य करेल.' लीडिंग अधिनस्थांमध्ये सर्जनशीलतेला प्रोत्साहन देते, कारण ते दैनंदिन परस्परसंवादात अनौपचारिकपणे त्यांच्या कल्पना मागवतात. आणि शिवाय मीटिंग्ज, सूचना कार्यक्रम आणि तत्सम क्रियाकलापांमध्ये औपचारिकपणे त्यांची मते मागतात. व्यवस्थापन म्हणजे लोकांना ते कशासाठी जबाबदार आहेत हे सांगणे. नेतृत्व म्हणजे लोकांना सक्षम करणे, त्यांना स्वतःचे निर्णय घेण्याचे साधन देणे, ठराविक दिशानिर्देश अंर्तगत जो सर्वांनी मान्य केला आहे.

व्यवस्थापन करताना या गोष्टीची फार काळजी असते की धोरणांचे पालन कसे होते, नियम आणि धोरणांचे पालन, स्पष्टीकरण आणि अंमलबजावणी कशी करावी. नेतृत्व लोकांना प्रोत्साहन देते आणि गोष्टी कशा करायच्या हे

शिकवते. अपेक्षेप्रमाणे निकाल लागला नाही, तर अधिकाधिक चांगले प्रशिक्षण देऊन कामगिरीत सुधारणा करण्याचा प्रयत्न केला जातो. दर्जेदार कामगिरी साध्य करण्याचा मुख्य मार्ग म्हणजे लोकांना शिकण्यात मदत करणे. व्यवस्थापन गोष्टी योग्य होण्यासाठी प्रयत्नावर लक्ष केंद्रित करते; नेतृत्व योग्य गोष्टी करण्यावर भर देते. काही वेळा व्यवस्थापित करणे आवश्यक असते जेव्हा कायदेशीर किंवा इतर कारणांमुळे नियमांनुसार गोष्टी केल्या जाणे आवश्यक असते. साहजिकच, व्यवस्थापकाच्या पदावर असलेल्यांनी गोष्टी योग्य प्रकारे केल्या आहेत याची खात्री करणे आवश्यक आहे. पण हे त्यांचे मुख्य काम नाही. अशा परिस्थितीत नियमांची अंमलबजावणी सुनिश्चित करणे आवश्यक असू शकते, परंतु अधिक महत्त्वाचे म्हणजे, लोकांना प्रशिक्षित आणि प्रेरित केले जाते, जेणेकरून ते विभाग आणि कंपनीची उद्दिष्टे पूर्ण करण्यासाठी सर्वतोपरी प्रयत्न करण्यास इच्छुक आणि सक्षम असतील. आपल्या कर्मचाऱ्यांसह असे करणे हेच खरे नेतृत्वाचे सार आहे.

चांगला बॉस-वाईट बॉस

हॅरी हा अशाप्रकारचा बॉसचा प्रकार होता, ज्याला लोकप्रिय व्हायचे होते. त्याला वाटले की तो एक चांगला बॉस आहे, कारण त्याच्या विभागातील प्रत्येकजण त्याला आवडतो. त्याला या लोकप्रियतेला बाधा पोहोचवायची नव्हती, म्हणून नियमांचे किरकोळ उल्लंघन किंवा व्यवसायातील किरकोळ चुका सुधारण्यात तो कचरत असे. फटकारण्याची गरज भासली की तो इतका वेळ पुढे ढकलायचा की लोक त्याचे कारण विसरले. स्तुती इतकी सामान्य होती की तिचे महत्त्व कमी झाले होते.

तेरेसा कणखर होत्या. तिला विश्वास होता की तिला काम पूर्ण करण्यासाठी कर्मचाऱ्यांना चाबकाची आवश्यकता आहे. ती गर्विष्ठ, हट्टी होती आणि तिचे आवडते वाक्य होते, 'मी बॉस आहे. तुम्हा लोकांना कामाचा मोबदला मिळतो, त्यामुळे तुम्ही चांगले काम करा किंवा तुमचा मार्ग शोधा.'

तिने क्वचितच तिच्या कर्मचाऱ्यांचे कौतुक केले आणि बऱ्याचदा संपूर्ण विभागासमोर त्यांना फटकारले.

हॅरी आणि टेरेसा दोघीनांही गंभीर समस्या होत्या, कारण ते दोघेही खरोखर काम करू शकत नव्हते. या प्रत्येक क्षेत्रात काय घडले ते पाहूया.

उदार बॉस

जेव्हा बॉस विभागावर नियंत्रण ठेवत नाही, तेव्हा कामाचे नुकसान होते. उत्पादनाची उद्दिष्टे पूर्ण होणार नाहीत, गुणवत्तेवर परिणाम होईल, लोक या उदारतेचा फायदा घेतील आणि गैरहजेरी वाढेल, तस्करीची प्रवृत्ती वाढेल आणि सामान्य दृष्टीकोन कमकुवत होईल. हॅरीचे लोक नेतृत्वहीन वाटतात आणि त्याच्याकडे जास्त लक्ष देत नाहीत.

या क्षणापर्यंत व्यवस्थापक उदार आणि आरामदायक का बनतो ? त्यामुळे संपूर्ण विभागाचे नुकसान होते का ? अनेकदा याचे कारण स्वतःच्या क्षमतेतील असुरक्षिततेची भावना असते. असुरक्षित व्यक्ती आपला अहंकार वाढवण्यासाठी इतरांची मान्यता घेतात. अशा लोकांना लोकप्रिय होऊन टोळीतील एक व्हायचे असते. ते गृहीत धरतात की कर्मचाऱ्यांना उदारतेने वागणूक दिली तर ते त्यांना आवडतील.

जेव्हा हॅरीच्या बॉसला हे कळते की विभाग मागे पडत आहे, तेव्हा तो घाबरतो, कारण हॅरीला जबाबदार धरले जाते. आता हे स्पष्ट झाले आहे की त्याने ते त्वरीत परत केले पाहिजे. स्वाभाविक प्रतिक्रिया म्हणजे त्याचे धोरण ताबडतोब उलटणे. तो कठोर होतो आणि मागणी करू लागतो. तो त्याच्या अधिनस्थांना फटकारतो, अनेकदा त्यांच्यावर ओरडतो. छोट्या छोट्या चुकांसाठी तो लोकांना फटकारतो आणि आठवडाभरापूर्वी ज्या गोष्टींकडे त्याने दुर्लक्ष केले होते त्याबद्दल लोकांना शिक्षा द्यायला सरूवात करतो. त्यामुळे त्यांच्या कर्मचाऱ्यांमध्ये वैमनस्य आणि अनिश्चितता निर्माण होते. काही काळ कामाची गती वाढू शकते, परंतु हॅरीच्या व्यक्तिमत्त्वाचा स्वभाव या क्रियांच्या विरूद्ध असल्याने, जेव्हा गोष्टी व्यवस्थित होतात तेव्हा तो त्याच्या पूर्वीच्या फॉर्ममध्ये परत येतो.

व्यवस्थापनाच्या पद्धती वारंवार बदलत असल्याने मनोबल जितके कमी होते, तितके ते एका पद्धतीला चिकटून राहणे चांगले किंवा वाईट नाही. आमचे कर्मचारी आपण कसे वागू हे सांगू शकत नाही. या अनिश्चिततेमुळे कर्मचाऱ्यांचे मनोबल ढासळते आणि नोकरी गमावते. हॅरीच्या आरामशीर दृष्टिकोनाचे कारण

म्हणजे त्याची सुरक्षिततेची भावना. त्याचा आत्मविश्वास वाढवायला हवा. हे साध्य करण्याचा एक मार्ग म्हणजे त्याच्या कामात तज्ञ बनणे. जेव्हा एखादी व्यक्ती त्याच्या कामात पूर्णपणे जाणकार असते तेव्हा त्याला सुरक्षिततेची भावना मिळते, ज्यामुळे कामाशी संबंधित सर्व बाबींमध्ये आत्मविश्वास निर्माण होतो. त्याने मानवी संबंधांचाही अधिक अभ्यास केला पाहिजे आणि जे शिकलो त्याचा उपयोग नोकरीत केला पाहिजे.

कठोर सुपरवाइजर

तेरेसा यांचीही अशीच समस्या आहे. जरी त्याची पद्धती हॅरीपेक्षा बरीच वेगळी असली तरी परिणाम कमी-अधिक प्रमाणात समान आहेत. हे त्याच्या कर्मचाऱ्यांमध्ये द्वेष निर्माण करते-जाणीवपूर्वक किंवा नकळत ते सहकार्य करण्यास नकार देतात. कमी उत्पादन, अधिक कर्मचारी नोकरी सोडून जाणे, जास्त गैरहजर राहणे, खूप तक्रारी आणि सामान्यतः कमजोर मनोबल हे अशा सहकार्याच्या अभावाचे सामान्य पुरावे आहेत. उदारमतवादी धोरणाप्रमाणेच कठोर धोरणाचे कारणही असुरक्षितता आहे. तथापि, 'खुश करण्याची इच्छा' सारख्या वृत्तीची जागा उदासीन पद्धती आणि हुकूमशाही मुखवट्याने घेतली आहे. कणखर नेत्यांना बदलणे अधिक कठीण आहे, कदाचित त्यांचा मार्ग हाच एकमेव मार्ग आहे अशी आग्रही भावना असल्यामुळे. चिकाटी हा त्यांच्या नेहमीच्या वागण्याचा अविभाज्य भाग आहे.

पुन्हा एकदा समाधानासाठी मानवी संबंधांचे चांगले ज्ञान आवश्यक आहे. सुपरवाइजरने अधिक वेळा स्तुती करणे आणि द्वेष, राग निर्माण न करता प्रभावी फटकार कसे द्यावे हे देखील शिकले पाहिजे. तेरेसा यांनी वाद टाळण्यास शिकले पाहिजे. आपले सहकारी आणि कर्मचारी यांच्यासोबत अधिक सौहार्दपूर्णपणे काम करण्यासाठी आपले धोरण आणि भाषा सौम्य केली पाहिजे.

सर्वोत्तम पर्यवेक्षक

सर्वात प्रभावी सुपरवाइजरची पद्धती या दोन टोकांच्या दरम्यान कुठेतरी आहे. हे मानवी वर्तन समजून घेण्यावर आधारित आहे. त्याच्या हाताखाली काम करणाऱ्या कर्मचाऱ्यांसह काम करताना स्वतःचे हे ज्ञान लागू करण्यावर आधारित आहे. एक प्रभावी सुपरवाइजर चांगल्या कामासाठी लोकांची प्रशंसा करतो, परंतु

तो स्तुती हलकेच करत नाही. हॅरीने प्रशंसा इतकी केली की त्याच्या कोणत्याही कर्मचाऱ्यांच्या लक्षात आले नाही की त्याच्या कोणत्याही विशेष कामाचे खरोखर कौतुक झाले आहे. तेरेसा यांनी कधीही तिच्या कर्मचाऱ्यांची प्रशंसा केली नाही, म्हणून तिला समजले की विशेषतः चांगले काम करण्यात काही अर्थ नाही.

जेव्हा गरज असेल तेव्हा एकांतात फटकारले पाहिजे आणि तेही कधीही शांतपणे. कधी आपला आवाज चढवू नका आणि नेहमी कर्मचाऱ्याला त्याची बाजू सांगण्याची संधी द्या. काळजीपूर्वक ऐका आणि व्यत्यय आणू नका. विधायक टीका करा आणि शक्य तितके स्पष्ट रहा.

वाईट मनःस्थितीत किंवा रागात कधीही निंदा करू नका. कधीही वादात पडू नका. टोमणे आणि तीक्ष्णपणा टाळा. मुद्यांपुरते मर्यादित लक्षात ठेवा, फटकारण्याचा उद्देश काहीतरी चुकीचे सुधारणे हा असावा. एक चांगला व्यवस्थापक द्वेष निर्माण करून अधिक चूक करू इच्छित नाही. नेहमी कोणाच्या ऐवजी कशावर जोर द्या. प्रभावी फटकार कसे लागू करायचे याचा सल्ला प्रकरण ९ मध्ये दिल्या जातील.

चांगले नेते दुर्बल, कमकुवत लोक नसतात किंवा ते कठोर हुकूमशहा देखील नसतात. त्याच्या अधीनस्थ त्याच्याकडे दुर्लक्ष करत नाहीत किंवा त्याला घाबरत नाहीत. सक्षम पर्यवेक्षकांना आंतरिक आत्मविश्वास असतो आणि त्याव्यतिरिक्त त्यांना त्यांच्या कर्मचाऱ्यांचा आदर असतो. बॉस कसे व्यवस्थापन करतो आणि नेता कसा नेतृत्व करतो याची साधी तुलना पाहू.

बॉस नेता

* लोकांना संचलित करतो. मार्गदर्शन करतो. लोकांना जागृत करतो.
* भीती जागृत करतो, उत्साह वाढवतो.
* म्हणतो, 'करू' म्हणतो, 'आपण करू'
* कामाला नीरस बनवतो, कामाला मनोरंजक बनवतो.
* सत्तेवर अवलंबून असतो, सहकार्यावर अवलंबून असतो.
* म्हणतो, 'मी', 'मी', 'मी' म्हणतो, 'आम्ही'

मिथक आणि चुकीच्या धारणा

ज्या मिथक किंवा चुकीच्या धारणा लोकांच्या विचारांवर वर्षानुवर्षे किंवा

आयुष्यभर वर्चस्व गाजवतात, त्यातून बाहेर पडणे कठीण आहे. तथापि, व्यवस्थापक म्हणून आपण त्यांना तोडले पाहिजे, तरच आपण पुढे जाऊ शकू.

काही लोक नेतृत्वाची भूमिका करण्यास नाखूष असतात. त्यांचा असा विश्वास आहे की यासाठी त्यांच्यात काही आंतरिक नेतृत्व गुण असणे आवश्यक आहे. जसे की करिष्माई व्यक्तिमत्व किंवा ते अमूर्त व्यक्तिमत्व ज्याद्वारे ते इतरांवर प्रभाव टाकू शकतात.

हे खरे आहे की जगातील काही महान नेते जन्मतःच नेते होते, त्यांच्याकडे असे विशेष संमोहन होते, जे जनतेला मंत्रमुग्ध करायचे. पण ते अपवाद आहेत. बहुसंख्य यशस्वी नेते हे सामान्य पुरूष आणि स्त्रिया आहेत, ज्यांनी त्यांचे ध्येय गाठण्यासाठी कठोर परिश्रम केले आहेत. जर आपल्याकडे नैसर्गिक गुण असतील तर लोकांचे व्यवस्थापन सोपे होते, परंतु हे आवश्यक नाहीत. आपल्यापैकी प्रत्येकजण लोकांना व्यवस्थापित करण्यासाठी आणि त्यांचे नेतृत्व करण्यासाठी आवश्यक असलेल्या क्षमता नक्कीच प्राप्त करू शकतो.

नेतृत्व एक कला, जी शिकता येते. थोड्या प्रयत्नाने प्रत्येकजण ती शिकू शकतो, ज्यामुळे त्यांना त्यांचा आदर, विश्वास आणि सहकार्य मिळू शकते व त्यांना मदतही करता येते.

बरेच व्यवस्थापक स्वतःला 'व्यावसायिक' म्हणवतात, परंतु व्यवस्थापन हे खरोखरच एक व्यवसाय आहे का ? इतर क्षेत्रातील व्यावसायिकांनी (उदाः डॉक्टर, वकील, मानसशास्त्रज्ञ आणि अभियंता) प्रगत अभ्यास पूर्ण करणे आणि प्रमाणपत्र मिळविण्यासाठी परीक्षा उतीर्ण करणे आवश्यक आहे. व्यवस्थापक होण्यासाठी अशा कोणत्याही गोष्टीची आवश्यकता नाहीत. काही व्यवस्थापकांकडे विशेष शिक्षण असू शकते, जसे की व्यवसाय प्रशासनातील पदवी, परंतु बहुतेकांना कर्मचारी ते व्यवस्थापक म्हणून पदोन्न दिली जाते आणि त्यांना व्यवस्थापनाचे थोडे किंवा कोणतेही प्रशिक्षण नसते. बहुतेक व्यवस्थापक कार्यालयात आल्यानंतर शिकतात.

जर तुम्ही सर्वसाधारणपणे लोकांना पसंत करीत नसाल, तर हा गुण विकसित करण्याचा एक सोपा मार्ग आहे, फक्त चांगल्या गुणांचा शोध घ्या. हे निश्चित की आपल्याला असे गुण मिळून जातील.-डेल कारनेगी

यशस्वी व्यवस्थापक अभ्यासाचे अभ्यासक्रम घेऊन कौशल्ये शिकण्याचा प्रयत्न करतात, परंतु बहुतेक व्यवस्थापक अजूनही त्यांच्या अधिकाऱ्यांना पाहून त्यांची तंत्रे शिकतात. त्यांनी अनुसरण केलेले मॉडेल चांगले असू शकते. परंतु नवीन व्यवस्थापक आपल्या बॉसचे जुने आणि सनातनी तत्त्वज्ञान शिकण्यात गुंतलेले असल्याचे अनेकदा दिसून येते.

नेतृत्व ही एक कला आहे जी शिकता येते. आपण लोकांना अशा प्रकारे मार्गदर्शन करायला शिकू शकतो की आपल्याला त्यांचा आदर, विश्वास आणि बिनशर्त पाठिंबा मिळेल.

खाली दिलेल्या काही कल्पनांनी भूतकाळात काम केले असेल, परंतु ते आता काम करत नाहीत; बाकीचे कधीच खरे नव्हते. व्यवस्थापनातील काही समज आणि गैरसमज पाहू.

मॅनेजमेंट हे कॉमनसेन्स पेक्षा जास्त काही नाही

एका मॅनेजरला सुरुवातीला त्याच्या ट्रेनिंगबद्दल विचारले असता, तो म्हणाला, 'मला मॅनेजर म्हणून बढती मिळाली तेव्हा त्याच्या हाताखाली काम करणाऱ्या लोकांबद्दल मी एका अत्यंत अनुभवी मॅनेजरकडून सला मागितला. फक्त तुमची कॉमनसेन्स वापरा मग तुम्हाला कोणतीही अडचण येणार नाही.

'कॉमनसेन्स' म्हणजे काय ? एका व्यक्तीला जे समजू शकते ते दुसऱ्याला मूर्ख वाटू शकते. 'कॉमनसेन्स' ची व्याख्या संस्कृतीवर आधारित आहे. उदाहरणार्थ, जपानमध्ये निर्णय घेताना पूर्ण सहमतीची प्रतीक्षा करणे 'कॉमनसेन्स' मानले जाते, परंतु यूएसमध्ये या तंत्राचे वर्णन अनेकदा अकार्यक्षम आणि वेळेचा अपव्यय असे केले जाते.

सामान्यज्ञानावर भिन्न विचारांचे एकमेव कारण सांस्कृतिक परंपरा नाही. काय चांगले आणि काय वाईट, काय कार्यक्षम आणि काय अनावश्यक, काय काम करेल आणि काय काम करणार नाही, याबद्दल वेगवेगळया लोकांच्या वेगवेगळया कल्पना आहेत.

आपल्या कॉमनसेन्सचा अनोखा ब्रँड विकसित करण्यासाठी आपले स्वतःचे अनुभव वापरण्याची आमची प्रवृत्ती आहे. समस्या अशी आहे की एखाद्याचा वैयक्तिक अनुभव केवळ मर्यादित दृष्टीकोन प्रदान करतो. आपण ज्याला कॉमनसेन्स

समजतो ते आपल्या अनुभवांतून विकसित झाले असले तरी, एखाद्या व्यक्तीचा अनुभव मर्यादित दृष्टिकोनापेक्षा अधिक सांगण्याच्या स्थितीत नसतो. नेतृत्वासाठी फक्त एका व्यक्तीच्या अनुभवापेक्षा बरेच काही आवश्यक आहे. खरा नेता होण्यासाठी आपण सामान्य ज्ञानाच्या पलीकडे पाहिले पाहिजे.

वित्त किंवा उत्पादन समस्या सोडवण्यासाठी आम्ही कधीही केवळ सामान्य ज्ञानावर अवलंबून राहणार नाही. आपण या क्षेत्रातील सर्वोतम संभाव्य तज्ञांकडून सल्ला आणि माहिती घेऊ, मग सार्वजनिक वर्तन समस्या सोडवण्यासाठी आपण कमी व्यावहारिक दृष्टीकोन का स्वीकारला पाहिजे ?

आपण व्यवस्थापनाच्या कला आणि विज्ञानाबद्दल बरेच काही शिकू शकतो. अट एकच आहे की आपण उद्योगविषयक पुस्तके आणि मासिके वाचावीत, अभ्यासक्रम आणि सेमिनारमध्ये भाग घ्यावा आणि उद्योग संघटनात सक्रियपणे सहभागी व्हावे.

व्यवस्थापकांना सर्व काही माहित आहे

व्यवस्थापकांना सर्वच माहित नसतं. कुणालाही माहित नसतं. कबूल करा की आपल्याकडे सर्वच उत्तरे नाहीत, परंतु हे जाणून घ्या की आपल्याला उत्तरे मिळविण्याची क्षमता आवश्यक आहे. एक प्रभावी मार्ग म्हणजे इतर कंपन्यांमधील लोकांशी संपर्क साधणे ज्यांनी समान परिस्थितींचा सामना केला आहे. त्यांच्याकडून आपण खूप काही शिकू शकतो. नेटवर्किंग-दुसऱ्या कंपन्यांकडून आपण माहिती, कल्पना आणि समस्या सोडवण्याच्या धोरणांसाठी मदत मागू शकतो. अशा कंपन्यांमधील लोकांशी संपर्क निर्माण करण्याचा फायदा हा आहे की जेव्हा नवीन माहिती आणि कल्पनांची आवश्यकता असेल तेव्हा आपण या लोकांपर्यंत पोहोचू शकतो. समस्यांचे निराकरण करण्यासाठी सहकार्यासाठी नेटवर्किंग हे सतत वाढणारे मौल्यवान संसाधन बनते.

माझ्या मागे या किंवा चालेत व्हा

भीती बाळगत व्यवस्थापन करणे ही अजूनही सामान्य गोष्ट आहे. हे कार्य करते. काहीवेळा कर्मचारी काम करतील जर त्यांना त्यांची नोकरी गमावण्याची भीती वाटत असेल, परंतु ते आणखी किती काम करतील ? याचे उत्तर हे आहे. त्यांना काढून टाकले जाणार नाही इतकेच पुरेसे आहे.' म्हणूनच या तंत्राचा

विचार केला गेला. यशस्वी व्यवस्थापनामध्ये सहकाऱ्यांचे ऐच्छिक प्रभावी व्यवस्थापन समर्थन मिळवणे समाविष्ट असते. आता आणखी कर्मचाऱ्यांना काढून टाकणे इतके सोपे नाही. नागरी हक्क कायदे आणि कामगार संघटनांची गुंतागुंत लक्षात घेता आणि बऱ्याच प्रकरणांमध्ये पात्र पर्यायी व्यक्तीला कामावर घेण्यात येणाऱ्या अडचणी आणि खर्च, त्या कामगारांपेक्षा कामगारांना कामावरून काढणे अधिक कठीण असू शकते. जगणे, ज्यावर आम्ही समाधानी नाही, जेव्हा आपण भीती बाळगून व्यवस्थापन करतो तेव्हा चांगले कर्मचारी आपल्याकडे फार काळ टिकत नाहीत. जेव्हा आपल्या समाजात किंवा उद्योगात नोकऱ्या कमी असतात, तेव्हा कर्मचारी कठोर, निर्लज्ज बॉसला सहन करू शकतात, परंतु जेव्हा नोकरीचा बाजार उघडतो तेव्हा सर्वोत्तम कर्मचारी अधिक आनंददायी असतात. कामाच्या वातावरणासह कंपन्या सोडणारे कर्मचारी महाग आणि अनेकदा हानिकारक असू शकतात.

स्तुतीचा अर्थ कर्मचाऱ्यांना बिघडविणे आहे

काही व्यवस्थापकांना भीती वाटते की त्यांनी एखाद्या कार्यसंघ सदस्याची स्तुती केल्यास, तो किंवा ती गर्विष्ठ होईल आणि सुधारण्याचा प्रयत्न सोडून देतील (अर्थात काही लोक अशा प्रकारे प्रतिक्रिया देतात). उद्दिष्ट प्राप्त करण्याची गुरुकिल्ली म्हणजे आपली प्रशंसा अशा प्रकारे व्यक्त करणे ज्यामुळे त्या कर्मचाऱ्याला चांगले काम सुरू ठेवण्यास प्रोत्साहित केले जाते.

इतर व्यवस्थापकांना काळजी असते की जर त्यांनी चांगल्या कामासाठी सहकाऱ्यांची प्रशंसा केली तर ते पगार वाढ घेऊ शकतात. किंवा बोनसची अपेक्षा करू शकतात. काही कर्मचारी हे करू शकतात. परंतु योग्य प्रशंसा न करण्याचे हे कारण नाही. वाढीव बोनस आणि इतर आर्थिक बक्षिसे कशी निर्धारित केली जातात हे कर्मचाऱ्यांना माहित असले पाहिजे. वार्षिक कामगिरी मूल्यमापनाच्या वेळी देयकाचा पुनर्विचार केला गेल्यास, कार्यसंघ सदस्यांना खात्री दिली पाहिजे की त्यांनी ज्या चांगल्या कामाची प्रशंसा केली आहे, त्याचा मूल्यांकनामध्ये विचार केला जाईल.

काही व्यवस्थापक प्रशंसा अप्रासंगिक मानतात. एका विभागाचे प्रमुख म्हणाले, 'माझ्या देखरेखीखाली असलेल्या लोकांना माहित आहे की, मी काहीही

बोलत नसल्यास, याचा अर्थ ते चांगले काम करत आहेत. जर मला त्यांच्याशी बोलायचे असेल तर त्यांना कळेल.' ते अडचणीत आहेत.' फटकारण्याशिवाय कोणताही अभिप्राय न देणे हे प्रभावी धोरण नाही. लक्षात ठेवा, आपण सकारात्मक प्रोत्साहन देऊ इच्छितो, मजबुतीकरण नाही.

साहजिकच, प्रशंसेचा देखील अतिरेक होऊ शकतो. प्रत्येक छोट्या-छोट्या कामगिरीसाठी लोकांची वारंवार स्तुती होत असेल, तर कौतुकाचे मूल्य इतके कमी होते की ते वरवरचे बनते. याव्यतिरिक्त, जास्त प्रशंसा केल्याने गैर-उत्पादक कामगारांना असे वाटू शकते की ते चांगले काम करत आहेत. स्तुतीचा प्रभावी वापर करण्याच्या तंत्रांची चर्चा प्रकरण ३ मध्ये केली जाईल.

फटकारण्याचा अतिरेक करणे

काही व्यवस्थापक अजूनही गुलामांचे मालक म्हणून काम करतात. दरवर्षी, व्यवस्थापन सल्लागार आणि कॉपीरेट कोचचे लेखक, जेम्स मिलर, वर्षातील सर्वोत्तम आणि सर्वात वाईट बॉससाठी स्पर्धा आयोजित करतात. कर्मचारी त्यांना नामांकित करतात. मिलरने खुलासा केला की त्याला सर्वोत्कृष्ट बॉसपेक्षा सर्वात वाईट बॉससाठी अधिक नामांकन मिळत आहे.

कर्मचाऱ्यांना त्यांचा बांबू न आवडण्यामागील एक मुख्य कारण म्हणजे मिलरने म्हटल्याप्रमाणे, हे बॉस सतत अधीनस्थांमध्ये दोष शोधतात, टोमणे मारतात, अपयशाचाा सतत उल्लेख करतात. आणि अनेकदा कर्मचाऱ्यांवर ओरडत राहातात.

लोक अशाप्रकारे का वागतात ? नक्कीच काही लोकांवर पालक, शिक्षक आणि माजी अधिकारी ओरडतात, म्हणून ते असे मानू शकतात की ओरडणे हा संवादाचा एक प्रभावी प्रकार आहे.

आपण सर्वजण कधी कधी विशेषतः दबावाखाली आपला आवाज वाढवून बोलतो. किंचाळण्याची इच्छा दाबण्यासाठी प्रचंड स्वयं-शिस्त लागते. तथापि, प्रभावी नेते या प्रवृत्तीवर नियंत्रण ठेवतात. अधूनमधून होणाऱ्या चुका कामी येतात, पण जर ओरडणे ही संवादाची सामान्य पद्धत बनली, तर खरा नेता होण्यात आपले अपयश आपण मान्य करत आहोत. आपण आपल्या मित्रपक्षांवर ओरडून त्यांच्या स्वैच्छिक सहकार्याची नोंद करू शकत नाही.

प्लॅटिनम नियम वापरून पहा

जेव्हा आपण लोकांचे व्यवस्थापन करतो तेव्हा बायबलचा सुवर्ण नियम 'जसे इतरांनी तुमच्याशी वागावे असे तुम्हाला वाटते तसेच इतरांसोबत वागा.' हा सशक्त सला आहे, परंतु काही प्रमाणात सर्व लोक सारखे नसतात. म्हणून आपल्याशी इतरांनी जसं वागावं असं आपल्याला वाटतं, तसं इतरांशी जसे ते आपल्याकडॅन अपेक्षा ठेवून असतात.

उदाहरणार्थ, लिंडाला आवडते की तिला स्पष्टपणे ध्येय सांगण्यात यावे आणि ती तिच्या कामाचे तपशीलवार वर्णन तयार करण्याला प्राधान्य देते. परंतु तिचा सहाय्यक, जेसन, त्याला सर्व तपशील समजावून सांगितल्याशिवाय नियुक्त केलेल्या कार्याबद्दल निश्चित होत नाही. जर लिंडाने तिच्या सहकाऱ्याला ते स्वतः करू इच्छिते तसे काम सुपूर्द केले तर तिला सर्वोत्तम परिणाम मिळणार नाहीत.

आत्म्याला सतत प्सुदृढीकरणाची आवश्यकता असते. जेव्हा त्याचा बॉस त्याच्या कामाचे निरीक्षण करतो आणि आत्मा चांगले काम करत असल्याचे आश्वासन देतो तेव्हाच तो नोकरीमध्ये आनंदी असतो. तथापि, बॉस वारंवार काम तपासत असल्याने तान्या विचलित होते. ती तक्रार करते, 'त्यांचा माझ्यावर विश्वास नाही का ?' आपण आत्म्यासोबत जे करतो ते आपण तान्याशी करू शकत नाही; यातून आपल्याला चांगले परिणाम मिळणार नाहीत. आपल्यापैकी प्रत्येकाची आपली स्वतःची स्टाईल, आपले स्वतःचे धोरण आणि आपले स्वतःचे गुण आहेत. आपल्या सोबत जसे घडले तसे 'तसेच इतरांसोबत करणे' हे लोकांचे व्यवस्थापन करण्याचा सर्वात वाईट मार्ग असू शकतो.

प्रभावी व्यवस्थापक होण्यासाठी, आपल्याला आपल्या कार्यसंघातील प्रत्येक सदस्याला माहित असणे आवश्यक आहे आणि प्रत्येक व्यक्तीच्या वैयक्तिक शैलीनुसार आपली व्यवस्थापन पद्धत तयार केली पाहिजे. सोनेरी नियम पाळण्याऐवजी, प्लॅटिनम नियमाचे अनुसरण कराः इतरासोबत तसेच करा जसे स्वतःसाठी तुम्हाला करावे वाटते.

साहजिकच तडजोडी कराव्या लागतात. काही परिस्थितींमध्ये, काम अशा प्रकारे करावे लागेल जे काहींसाठी आदर्श नसेल. काय साध्य करणे आवश्यक आहे हे आधीच जाणून घेतल्याने आपल्याला समस्यांचा अंदाज लावण्यास आणि आपल्या सहकार्यांना त्यांचे कार्य स्वीकारण्यास तयार करण्यास मदत होऊ शकते.

नेत्याने आदर्श कामगिरीपेक्षा अधिक केले पाहिजे

उत्पादन, कार्यप्रदर्शन आणि नफा हे व्यवस्थापक म्हणून आपल्या नोकऱ्यांचे महत्त्वाचे पैलू आहेत, परंतु आपण फक्त तेच विचारात घेतले पाहिजेत का ? अर्थात, एखादी कंपनी टिकून राहायची असेल तर तिला निकाल द्यावा लागतो. परंतु कर्मचारी विकास हा देखील तितकाच महत्त्वाचा भाग आहे. आपण आपल्या कर्मचाऱ्यांच्या क्षमतेकडे दुर्लक्ष केल्यास, आपल्या कार्यसंघाची परिणाम साध्य करण्याची क्षमता मर्यादित आहे. त्याऐवजी, आपण दीर्घकालीन यश आणि संरक्षणाच्या किंमतीवरच अल्पकालीन फायद्याची कापणी देखील करतो.

जेव्हा इलियटने स्वतःची कॉम्प्युटर पाट्‌र्स कंपनी स्थापन केली तेव्हा तो एका नवीन आणि विकसनशील उद्योगाचा प्रवर्तक होता. त्याच्या क्षेत्रातील लिटरसाठी वचनबद्ध, इलियटने आपल्या कर्मचाऱ्यांना त्यांची उत्पादकता पातळी राखण्यासाठी प्रोत्साहित केले आणि त्याने नफ्याच्या आकड्यावर लक्ष ठेवले. त्यांनी आपल्या कर्मचाऱ्यांच्या विकासाकडे लक्ष दिले नाही. त्यांनी आपल्या तांत्रिक आणि प्रशासकीय कर्मचाऱ्यांना कल्पनांचे योगदान देण्यासाठी किंवा त्यांचे स्वतःचे प्रकल्प सुरू करण्यासाठी फारच कमी वेळ दिला. बऱ्याच वर्षांपर्यंत इलियटची कंपनी तार्किकदृष्ट्या फायदेशीर ठरली, परंतु ती कधीही उद्योगधंद्यातील लीडर बनली नाही ज्याची तिला अपेक्षा होती. यामुळे त्याच्या कर्मचाऱ्यांची क्षमता आणि महत्त्वाकांक्षा कमी झाल्यामुळे, त्यांच्या तांत्रिक कर्मचाऱ्यांच्या अनेक सदस्यांनी त्यांच्या नोकऱ्या सोडल्या आणि इतर कंपन्यांमध्ये गेले. तो केवळ स्वतःच्या कल्पनांवर अवलंबून असल्याने, त्याच्या कर्मचाऱ्यांच्या मनात येऊ शकणाऱ्या सर्व अभिनव कल्पनांना तो मुकला.

प्रकरण - ३

एखाद्या वादविवादाचा अधिक फायदा घेणे

वाद या शब्दाच्या अनेक व्याख्या आहेत. एक अर्थ वादविवादाचा आहे, ज्यामध्ये वेगवेगळया दृष्टिकोनातून अनेकदा राग व्यक्त केला जातो. डेल कार्नेगी या व्याख्येनुसार बरोबर होते, 'वादातून सर्वोत्कृष्ट मिळवण्याचा एकमेव मार्ग म्हणजे वाद टाळणे.' संतप्त वादाचा शेवट दोन्ही बाजूंच्या नुकसानीतच होऊ शकतो. तथापि, वादविवादाची दुसरी व्याख्या म्हणजे वाद घालणे आणि एखाद्या मुद्यावर चर्चा करणे. जेव्हा आपण या संदर्भात वादविवादाचा विचार करतो, तेव्हा आपण तयारी आणि कौशल्याने एक परिणाम साध्य करू शकतो ज्यामध्ये दोन्ही बाजू जिंकतात.

बॉस, अधिनस्थ ग्राहक किंवा सहकाऱ्याला पटवणे हा देखील वादाचा एक प्रकार आहे, ज्यामध्ये समोरच्या व्यक्तीला त्याचे मत स्वीकारण्यास प्रवृत्त केले जाते. आपला उद्देश एखाद्या विशिष्ट विषयावर इतर व्यक्तीचा विचार किंवा प्रतिक्रिया बदलणे हा आहे.

जेव्हा तुम्ही एखादा विचार गळी उतरविण्याच्या तयारीत असता, मग बॉस असो किंवा सहकारी, त्यांनी त्याच तत्त्वाचे पालन करावे, जे विक्रेते वस्तू विकण्यासाठी यशस्वीपणे करतात. सर्व प्रथम, श्रोत्याचे लक्ष वेधून घ्या. आव्हानात्मक प्रश्न विचारणे ही एक प्रभावी पद्धत आहे. ज्याला आपण सांगत आहोत, त्याच्या पुढे कोणती समस्या आहे, ते शोधा आणि त्यावर लक्ष केंद्रित करा. उदाहरणार्थ, जर त्याला ग्राहक सेवेबद्दल गंभीर चिंता असेल, तर विचारा, 'कर्मचारी न वाढवता ग्राहकांचे समाधान लक्षात ठेवण्याचा मार्ग असेल, तर तुम्हाला त्याबद्दल जाणून घ्यायला आवडेल का?'

याकडे त्यांचे लक्ष वेधले जाईल आणि आता आपण आपल्या सूचनेनुसार ते कसे करता येईल याचे पुरावे दाखवण्यास तयार आहोत.

पुरावा विषयाशी संबंधित असणे आवश्यक आहे आणि अर्थातच, प्रेक्षकांसाठी देखील अर्थपूर्ण असणे आवश्यक आहे. सात प्रकारचे पुरावे प्रभावी आहेतः

- **प्रात्यक्षिक** : (एखादी गोष्ट कशी कार्य करते ते दाखवा)
- **उदाहरण** : (स्वतःचा अनुभव किंवा इतरांचे अनुभव)
- **तथ्य** : (विशिष्ट सत्ये आहेत आणि सिद्ध करता येतात)
- **दस्तऐवज** : (कोणतेही दृश्य, तक्ता, आलेख, चित्रे, रेखाचित्रे किंवा कोणतेही इतर दृश्यमान वस्तू)
- **तुलना** : (एखाद्या गुंतागुंतीच्या कल्पनेला सोप्या आणि समजण्यास सोप्या गोष्टीशी जोडणे)
- **तज्ज्ञांची साक्ष** : (मान्य किंवा विश्वसनीय स्त्रोताचा हवाला देऊन)
- **आकडेवारी** : (वाढ, घट, टक्केवारी, बदल, तुलना, ट्रेंड आणि योग)

चांगल्या सहमतीसाठी १२ नियम

इतरांशी वागताना, आपल्या समोरचा एक किंवा अधिक लोकांशी आपण असहमत आहोत अशी परिस्थिती नक्कीच असते. मतभेद व्यक्त करणे म्हणजे विरोध करणे नव्हे. सौजन्य, सहिष्णुता आणि समजूतदारपणाबद्दल धन्यवाद, आपण अप्रिय न होता असहमत होऊ शकतो.

नियम १ : इतरांना संशयाचा फायदा द्या

धक्कादायक गोष्ट सांगणारी व्यक्ती कदाचित खरोखरच असंवेदनशील नाही. काही दुःखद अनुभवामुळे त्याने ओव्हर रिॲक्ट केले असावे. खर्चात लक्षणीय कपात करण्याची गरज होती. यासाठी टाळेबंदीऐवजी सर्व कर्मचाऱ्यांनी कमी पगारात काम करण्याचे मान्य करावे, अशी सूचना करण्यात आली. या सूचनेला सूजन यांनी कडाडून विरोध केला. त्यांनी युक्तिवाद केला की अधिक योगदान देणाऱ्या कर्मचाऱ्यांनी कमी उत्पादक कामगारांच्या नोकऱ्या वाचवण्यासाठी त्याग करू नये. जयने तिच्यावर दबाव आणला आणि विचारले की ती इतकी जिद्दी का आहे, आपल्याला कळले की मागील कंपनीमध्ये तिने खर्च कमी

करण्यासाठी अशीच ऑफर स्वीकारली होती, परंतु एका वर्षापेक्षा कमी कालावधीत, तिला आणि इतरांना नोकरीवरून काढून टाकण्यात आले. सूजन होण्याचा दृष्टीकोन फक्त एकाच प्रकारे बदलू शकतो. आपली कंपनी आर्थिकदृष्ट्या सक्षम आहे आणि असे काही होणार नाही याची त्याला खात्री देण्याची गरज होती.

नियम २ ऐका.

एखाद्याला संशयाचा फायदा दिल्यानंतर, त्याचे ऐका आणि त्या विश्वासाचे कारण काय आहे ते शोधा आणि खरोखर समजून घ्या. आपण त्याला कळवले पाहिजे की आपण त्याचे ऐकले आहे आणि त्याच्या दृष्टिकोनातून परिस्थिती पाहण्यासाठी आपण सर्वतोपरी प्रयत्न करीत आहोत.

नियम-३: जबाबदारी घेणे

जेव्हा आपण एखाद्याशी असहमत असतो तेव्हा आपण नेहमी आपल्या भावनांची जबाबदारी घेतली पाहिजे. केवळ 'मी' विधानांसह प्रतिसाद देण्याचा संकल्प करा. जेव्हा आपण 'आपण' म्हणतो तेव्हा असे वाटते की आपण समोरच्या व्यक्तीला दोष देत आहोत आणि संघर्ष करण्यास तयार आहोत. हे लगेच समोरच्याला बचावात्मक बनवते. आणि तो आपला दृष्टिकोन ऐकेल अशी शक्यता कमी होते.

नियम-४ लवचिक धोरणाचा अवलंब करा.

वेगळे मत असू द्या किंवा 'लवचिक' व्हा, 'तुम्ही असे म्हणत आहात ते मी ऐकले आहे...' किंवा 'मी तुमच्या मताचा आदर करतो' पुन्हा एकदा, 'मी' या शब्दाने सुरूवात करा आणि 'आपण' म्हणाले ने नाही, नाहीतर तो वादाचा मुद्दा होईल.

उदाहरणार्थ, 'यामुळे प्रक्रिया कशी मंद होऊ शकते याबद्दलची तुमची चिंता मला समजते, परंतु मी नवीन धोरणाच्या सर्व परिणामांबद्दल वाचले आहे.' तपासले आहे...(आणि नंतर पुनरूच्चार करा की सुचवलेली पद्धत सुरूवातीच्या मंदगतीची भरपाई कशी करील)

नियम-५: नम्र व्हा

लक्षात ठेवा, आपला उद्देश समोरच्या व्यक्तीला आपली विचार करण्याची

पद्धत पटवून देणे हा आहे. हे काम असभ्यतेने किंवा उद्धटपणाने कधीच होऊ शकत नाही. समोरच्या व्यक्तीचा उपहास करून किंवा हसून ते शक्य होणार नाही.

तुमची मते बळजबरीने स्वीकारून तुम्ही इतरांना तुमच्या दृष्टिकोनाशी सहमत होण्यास भाग पाडू शकत नाही. हॅरोल्ड इतका गर्विष्ठ होता की तो नेहमीच बरोबर असल्याची त्याला खात्री होती, म्हणून तो त्याची मते लादण्यासाठी देखील भांडत असायचा. तो टेबलावर मारायचा, ओरडायचा आणि आपल्या उद्धट वर्तनाने विरोधकांना शत्रू बनवायचा. अशा वागण्यामुळे गटातील प्रत्येकजण नाराज होतोच, परंतु त्याच्या कल्पना खरोखरच चांगल्या असतानाही अनेकदा दीर्घ आणि निष्फळ चर्चा झाल्या. जर तो सभ्य आणि मुत्सद्दी असता, तर लोकांनी त्याच्या उत्कृष्ट कल्पनांचा लगेच स्वीकार केला असता.

नियम-६ : तुमच्या शब्दसंग्रहातून 'पण' किंवा 'तरी' हे शब्द काढा.

एखाद्या व्यक्तीचा दृष्टिकोन स्वीकारल्यानंतर आपण 'पण' किंवा 'तरी' असे म्हटले तर यामुळे ते आपल्या स्वीकाराचा परिणाम गमावून बसतात. त्याऐवजी 'आणि...' वापरा किंवा तुमचे मत किंवा मत मांडण्यासाठी क्षणभर शांत रहा, नंतर बोला.

* "चला यावरही चर्चा करूया..."
* "या दृष्टीकोनाबद्दल तुम्ही काय म्हणू शकता"
* "काय होईल जर..."
* "काय आपण कधीच्या बातीत विचार केला आहे?"
* "या विचाराची तुलना त्या विचारासोबत करा..."
* "हा एक रंजक दृष्टीकोण आहे"
* "मी याबद्दल कधीही अशाप्रकारे विचार केला नाही."
* आपण यावर सहमत आहोत याचा मला आनंद आहे...'

नियम-७: तुमचा दृष्टिकोनाला किंवा मताला प्रासंगिक आणि वास्तविक पुराव्यासह व्यक्त करा.

विचार करण्याची वेळ भावनीक समीकरणापासून दूर ठेवा. स्वतःला विचारा 'मी काय विचार करतो ?' 'मी असा का विचार करतो?' 'माझ्या मुद्याच्या समर्थनार्थ माझ्याकडे कोणता पुरावा आहे?'

नियम-८ समोरच्या व्यक्तीची लाज काढू नका

डेल कार्नेगीने आपल्याला शिकवले आहे की मित्र बनवण्यासाठी आणि लोकांवर प्रभाव टाकण्यासाठी, आपण नेहमी त्यांची गोपनीयता ओळखली पाहिजे आणि त्यांचा आदर केला पाहिजे. मतभेदांना सामोरे जात असतानाही आपण हे कधीही विसरू नये. जे आपल्याशी असहमत आहेत, त्यांचे युक्तिवाद योग्य नसले तरी आपण त्यांचे ऐकणे महत्त्वाचे आहे. लोकांना कमीपणाचे वाटू देऊ नका.

फिल हा अशा लोकांपैकी एक होता, ज्यांना इतरांच्या चुका दाखवण्यात आनंद वाटायचा. सभांमध्ये तो प्रत्येक चुकीची खिल्ली उडवत असे आणि त्या व्यक्तीवर आपले 'श्रेष्ठत्व' दाखवत असे. त्याच्या समवयस्कांसमोर केवळ त्या व्यक्तीचा अपमान झाला नाही, तर गटातील इतर सदस्यही हृचलित होतात. अशा वागण्याने संघाचे मनोधैर्य खचते.

नियम-९: लोकांच्या संवेदनशीलतेची जाणीव ठेवा.

काही लोक खूप संवेदनशील असतात. ॲश्ले या लोकांपैकी एक आहे. ती टीका सहजासहजी स्वीकारू शकत नाही. तिची कोणतीही कल्पना नाकारली गेली तर ती बचावात्मक बनते. तिच्या या संवेदनशीलतेची आपण जाणीव ठेवली पाहिजे, जेणेकरून आपण विशेष खबरदारी घेऊन परिस्थिती सुधारू किंवा उत्तम करू शकू.

आपण असहमत असलेल्या क्षेत्रांकडे लक्ष वेधण्याऐवजी, आपण प्रथम ? ॲश्लेच्या योजनेतील सर्व चांगल्या मुद्यांची प्रशंसा केली पाहिजे, नंतर मतभेद असलेल्या क्षेत्रांवर प्रश्नचिन्ह उपस्थित केले पाहिजे. यामुळे ॲश्ली परिस्थितीबद्दल पुन्हा विचार करण्यास प्रवृत्त होईल आणि ते कसे चांगले बनवायचे याचा ती स्वतःच शोध घेईल.

टीका करण्याऐवजी प्रश्न विचारून, आपल्या कर्मचाऱ्यांचा द्वेष न करता सर्वोत्तम कामगिरी करण्यास प्रवृत्त करू शकतो, ज्यामुळे आमच्या कर्मचाऱ्यांच्या सर्जनशील क्षमतांमध्ये वाढ होईल आणि अधिक नाविन्यपूर्ण कल्पना येतील, ज्यामुळे आमच्या विभागाचा प्रभाव वाढेल.

नियम-१० समोरच्या व्यक्तीला परिस्थिती सुधारण्याची संधी द्या.

जेव्हा स्टीफॅनी हॅरीशी वारंवार उशीर होण्याबद्दल बोलली, तेव्हा तिने उशीर झाल्यामुळे संपूर्ण विभागाच्या कामावर कसा परिणाम होतो आणि ते सहन केले जाऊ शकत नाही याची निंदा केली नाही. त्याऐवजी त्याने विचारले, 'वेळेवर येण्यासाठी तुम्ही या पुढे काय करू शकता ?' पर्यवेक्षकाने त्याला हॅरीच्या समस्येचे स्वतःचे निराकरण करण्याचा विचार करण्याची परवानगी दिली. हे केवळ हॅरीवरील पर्यवेक्षकाच्या आत्मविश्वासाची पुष्टी करत नाही तर इतर कर्मचाऱ्यांना त्यांच्या स्वतःच्या समस्यांबद्दल विचार करण्यास आणि त्यांच्याबद्दल स्वतः निर्णय घेण्यास प्रोत्साहित करते. ते लादलेल्या उपायांऐवजी स्व-विचार उपायांचा अवलंब करण्याची अधिक शक्यता असते, कारण त्यांच्यात अधिक समर्पण आणि उत्साह असतो.

अशाही काही वेळा असतात, विशेषतः जेव्हा समस्या कामावरील कामगिरीशी संबंधित असते, जेव्हा पर्यवेक्षकाने कर्मचाऱ्यांच्या उणीवा अगदी स्पष्ट आणि विशिष्ट पद्धतीने दाखविल्या पाहिजेत. अशा परिस्थितीत सकारात्मक शब्दसंग्रहात सुधारणा सुचवा. असे म्हणू नकाः 'तुमचे काम निष्काळजीपणाचे आहे.' निकषांची पूर्तता न करणाऱ्या कामाची विशिष्ट उदाहरणे दाखवणे अधिक चांगले आहे. मग या कमतरतांवर मात करण्यासाठी तो काय करू शकतो हे विचारा. कर्मचाऱ्यांत तुमच्या बद्दलचा विश्वास वाढवू द्या आणि मदत करण्याची ऑफर द्या.

लक्षात ठेवा, कर्मचाऱ्याला अधिक चांगले कर्मचारी बनण्यास मदत करणे हा हेतू आहे.

नियम-११: सकारात्मक शब्दांनी संभाषण संपवा.

जेव्हा स्टेफनी हॅरीला विचारले की तो वेळेवर येण्यासाठी काय करू शकतो, तेव्हा तो म्हणतो की सकाळी ६.३० ऐवजी तो ६.१५ साठी अलार्म सेट करेल. म्हणजे तो ट्रॅफिक जॅममध्ये अडकला तरी त्याला उशीर होणार नाही.

स्टेफनी सहमत होते की यामुळे समस्या दूर होईल. हॅरी, मला खात्री आहे की तुम्ही तुमचा शब्द पाळाल आणि कामावर वेळेवर याल. आमच्या कार्यसंघासाठी तुमचे योगदान महत्त्वाचे आहे आणि माझ्या तुमच्यावरील विश्वास कमी होणार नाही याची खात्री होईल.

सर्वात महत्त्वाचे म्हणजे, समस्या कशामुळेही झाली असेल तर मदत करा. त्यावर मात करण्यासाठी समोरची व्यक्ती. अशा प्रकारे आपण सहायक आणि उत्पादक कर्मचारी तयार करू जे विभागासाठी एक मौल्यवान संपत्ती असेल.

नियम-१२ रचनात्मक अभिप्राय देणे

प्रत्येकाला दुसऱ्या विभागाकडून प्रामाणिक अभिप्राय मिळाल्यास, संवादाची परिणामकारकता वाढू शकते. टीका कोणालाच आवडत नाही, परंतु विधायक टीका मुत्सद्दी पद्धतीने केली तर ती अधिक चांगल्यासाठी महत्त्वपूर्ण योगदान देऊ शकते.

आपण इतरांना दिलेला अभिप्राय अधिक स्वीकारार्ह बनवण्यासाठी येथे काही टिपा आहेत.

* सर्व तथ्ये गोळा करा.
* समस्या त्वरित आणि खाजगी संवाद साधा.
* कृती किंवा वर्तनावर लक्ष केंद्रित करा, व्यक्तीवर नाही.
* सर्वप्रथम समोरच्या व्यक्तीचे मनापासून कौतूक करा.
* आधी सहानुभूती दाखवा, मग टीका करा. तुमच्या स्वतःच्या अशाच चुका दाखवा आणि मग आपण त्या कशा दुरूस्त केल्या ते त्याला सांगा. सार्वजनिक वर्तन कौशल्य वापरा. आदेश देऊ नका; त्याऐवजी, प्रश्न विचारा आणि सूचना करा.
* वर्तन बदलण्याचे फायदे दर्शवा.
* मैत्रीपूर्ण पद्धतीने संभाषण संपवा आणि पुढे कसे जायचे यावर सहमत व्हा.
* जेव्हा समोरील कोणीतरी तुम्हाला अभिप्राय देत असेल तेव्हा लक्षात ठेवा की त्यांचा उद्देश तुमच्यावर टीका करणे नाही तर तुम्हाला मदत करणे आहेः
* शांत राहा आणि समोरच्या व्यक्तीचे पूर्ण ऐकून घ्या.
* आपल्याला समस्या स्पष्टपणे समजली असल्याची खात्री करा.
* आत्म-सुधारणा आणि बदलासाठी खुले मन ठेवा.

* विश्वास ठेवा की अभिप्राय देणाऱ्याचा हेतू चांगला आहे.
* बचावात्मक प्रतिक्रिया देऊ नका.
* सबब सांगू नका. स्पष्टीकरणात्मक परिस्थिती असल्यास, त्यांना मते म्हणून नव्हे तर तथ्य म्हणून स्पष्ट करा.
* अभिप्रायाबद्दल समोरच्या व्यक्तीचे आभार व्यक्त करा.
* पुढे कसे जायचे यावर सहमत व्हा.

समस्या सोडवणे: समस्या सोडवणे हा बहुतेक व्यवस्थापकांच्या कामाचा एक महत्त्वाचा भाग असतो. पर्यवेक्षकांना ऑपरेशन्स, उत्पादन, गुणवत्ता, कर्मचारी आणि कधीकधी विपणन आणि आर्थिक क्षेत्रांमध्ये समस्यांना सामोरे जावे लागते. या समस्यांना सामोरे जाण्यासाठी वापरले जाणारे सर्वात सामान्य संसाधन म्हणजे व्यवस्थापकाचा मागील अनुभव. जर तो काही काळ तशाच प्रकारची गोष्ट करत असेल, तर कदाचित त्याला आधीही अशाच समस्या असतील. ज्या पद्धतीने आधी समस्या सोडवली होती. शक्यतो तीच पद्धत पुन्हा काम करू शकते.

दर्दैवाने हे नेहमीच खरे नसते. भूतकाळात यशस्वी ठरलेला उपाय आता कदाचित यशस्वी होणार नाही, जरी समस्या समान असली तरी, परंतु परिस्थिती थोडी वेगळी असू शकते. हे टाळण्यासाठी, समस्येला सामोरे जाण्यापूर्वी, समस्या खरोखर काय आहे याची खात्री करा. समस्या समजावून घ्या: रेफ्रिजरेटर्सच्या मोठ्या उत्पादकाचा बाजारातील हिस्सा कमालीचा घसरला आहे. हे एका स्पर्धकामुळे घडले. पूर्वी, जेव्हा बाजाराचा हिस्सा घसरला होता, तेव्हा स्पर्धकांनी जाहिराती वाढवल्या होत्या. कंपनीने आपली जाहिरात वाढवली तेव्हा ती समस्या दूर झाली. या पूर्वीच्या अनुभवाचा उपयोग करून त्यांनी सद्यस्थिती सुधारण्यासाठी चांगली जाहिरात मोहीम चालवली. जाहिरातीचा थोडासाही फायदा झाला नाही, तेव्हा ते थक्क झाले, किंबहुना यानंतरही बाजारातील वाटा घसरतच राहिला.

पुढील अभ्यासातून असे दिसून आले की यावेळी स्पर्धकाने कोणतीही उधळपट्टी करणारी जाहिरात दिली नव्हती. परंतु किरकोळ विक्रेत्यांचे कमिशन वाढवले. यामुळे किरकोळ विक्रेत्याला स्पर्धकांचे उत्पादन विकण्यासाठी अतिरिक्त प्रयत्न करण्यास प्रोत्साहित केले, जरी ग्राहकाने नवीन जाहिरातीमुळे स्टोअरला

भेट दिली तरीही. ते चुकीच्या समस्येशी लढत होते. समस्येचा अभ्यास करा; समस्येचे मूळ पहा; समस्या पूर्वी दिसली तशी नसेल.

समस्येची कारणे काय आहेत ?

जेव्हा आपण एखाद्या समस्येचे कारण शोधतो, तेव्हा बऱ्याचदा आपण हिमनगाच्या शिखरासारखी केवळ वरवरची कारणे पाहतो. समस्या अधिक खोल आहे. एक उदाहरण पहा. आपल्याला खाज सुटणाऱ्या पुरळ येतात. त्वचारोगतज्ज्ञ एक मलम लिहून देतात, जे आपण लावतो. खाज सुटणे थांबते; पुरळ नाहीशी होते. आपल्याला वाटते की समस्या सोडवली गेली आहे, परंतु दोन आठवड्यानंतर समस्या परत येते. खरं तर, काय झालेलं असतं? डॉक्टरांनी लक्षणावर उपचार केले होते. पुरळ उठणे ही खरोखरच समस्या होती हे खरे, पण ते या समस्येचे खरे कारण नव्हते; खरे कारण ॲलर्जी किंवा इतर काही आजार होते. आपल्या नोकरीतील समस्यांचे खरे कारण किंवा कारणे शोधण्यासाठी, आपण सर्वात महत्त्वाचे घटक (घटक) शोधले पाहिजे ज्यामुळे समस्या उद्‌भवली. यासाठी सखोल अभ्यास आणि काळजीपूर्वक विश्लेषण आवश्यक आहे.

अनेक आगामी उपाय विकसित होतातः सामान्यतः जेव्हा एखादी समस्या उद्‌भवते आपण त्वरित समाधानाचा विचार करतो आणि जलद कृती करतो. जर एखादा उपाय ताबडतोब मनात आला, तर याचा अर्थ असा नाही की तो सर्वोत्तम उपाय आहे. उपाय निवडण्यापूर्वी अनेक आगामी उपायांचा विचार करणे अधिक चांगले आहे.

मन खुले ठेवा. यशस्वी नेते होण्यासाठी समस्यांना जवळून पहातात, जे त्याच्याशी जवळून संघर्ष करतात आणि निवडलेल्या उपायाची अंमलबजावणी करतील.

कंपनीच्या तज्ज्ञांना (किंवा योग्य असल्यास कंपनीच्या बाहेरचे देखील) त्यांच्या अनुभवाचा आणि ज्ञानाचा फायदा घेण्यासाठी विचारा.

सर्जनशील व्हा. लोक आहेत त्यापेक्षा अधिक सर्जनशील असतात. ही शक्ती अनेकदा आपल्यात दडलेली असते. त्याचा वापर करून नवनवीन संकल्पना शोधता येतात, ज्यामुळे आपले प्रश्न सुटू शकतात.

सर्वोत्तम उपाय ठरवाः ज्यावेळी एखादा पर्याय सापडला आहे, अशावेळी

सर्व पर्यायांची पडताळणी करून ठरवा की सर्वोत्तम कोणता आहे. यासाठी, समस्येचे पुनरावलोकन करून निवडलेल्या समाधानाचा परिणाम काय असावा हे ठरविणे आवश्यक आहे.

तुम्हाला ज्या गोष्टी सोडवायच्या आहेत त्यांची यादी बनवा. यामध्ये जास्तीत जास्त खर्च, वेळ मर्यादा, कर्मचाऱ्यांचा वापर आणि इतर संसाधनांचा समावेश असू शकतो. मग अत्यावश्यक नसलेल्या गोष्टींची यादी बनवा, परंतु निवडलेला पर्याय आणखी चांगला असेल. जेव्हा नवीन वेब हेअरड्रेसर्स नवीन स्थान शोधत होते, तेव्हा त्यांनी निर्णय घेण्यापूर्वी हे आवश्यक घटकांची यादी बनवली.

१. नवीन ठिकाण सक्रिय शॉपिंग मॉलमध्ये असावे.
२. ते ४,००० चौरस फुटांपेक्षा कमी नसावे.
३. भाडे 'एक्स' डॉलरपेक्षा अधिक नसावे.
४. आपल्याला आजपासून सहा महिन्यांत व्यवसाय सुरू करू शकतो.

ते छान होईल जरः

१. इतक्या भाड्यातच ४,५०० चौरस फुट जागा मिळवा.
२. तिथल्या मालकाने सामानाचा खर्च स्वतः उचलावा.
३. मॉलमध्ये इतर कोणतेही केशभूषाकार नसावेत.
४. मॉलमध्ये उच्च फॅशन बुटीक असावेत.

हे नंतरचे चार मुद्दे अग्रक्रमाचे घटक आहेत.

न्यू वेव्हने अशा कोणत्याही ठिकाणाचा विचारही करू नये, सर्व अनिवार्य घटकांची पूर्तता करत नाही. विविध प्राधान्य घटकांचे वजन करून त्यांच्यासाठी कोणता करार सर्वोत्तम आहे हे ते ठरवू शकतात.

कर्म कराः निर्णय घेतल्यानंतर त्यावर कारवाई करा, त्याचे पालन करा. उपाय लागू करण्यात गुंतलेल्या प्रत्येकाला त्यांच्या कामाचा वाटा द्या. संसाधने गोळा करा आणि सुरुवात करा. व्यवस्थापक म्हणून आपण परिस्थितीवर लक्ष ठेवले पाहिजे. कर्मचाऱ्यातील काही लोक उपायाबद्दल उत्साही नसल्यास, काय करावे हे समजावून सांगून, सोल्यूशनची विक्री करून, जिथे योग्य असेल, तिथे ते करून दाखवणे आणि आणि आवश्यक असेल तेथे मदत करणे.

पाठपुराव्याची वेळ ठरवा: कधीकधी समस्येवर उपाय असा असतो की ज्यात कंपनीला बराच वेळ द्यावा लागतो (जसे नवीन ठिकाणी जाणे). ठरवलेली वेळ योग्य नसेल, तर मनुष्या त्याच्या भरपाईसाठी काही करू शकत नाही. त्यामुळे अशा परिस्थितीत, समस्येचे विश्लेषण अत्यंत कार्यक्षमतेने केले पाहिजे. सुदैवाने, बहुतेक पर्यवेक्षकांना भेडसावणाऱ्या समस्या इतक्या कायमस्वरूपी नसतात आणि बिनकामाच्या असल्यास त्यात बदल केल्या जाऊ शकतो.

असे उपाय अमलात आणताना, हे उपाय कामाचे नाहीत, हे ठरविण्यासाठी किती वेळ लागेल? त्यानंतर त्यानुसार पाठपुराव्याची तारीख निश्चित करा. ती वेळ आल्यावर, काय झाले याचे मूल्यमापन करा आणि त्यामुळे समस्या सुटत नसल्यास, ते सोडा आणि दुसरा पर्याय निवडा. प्रयत्न करण्यासाठी इतर पर्याय उपलब्ध असताना, अयशस्वी प्रयत्नात अडकून रहाण्याचे काही कारण नाही.

ग्राहकांच्या तक्रारी: जोपर्यंत एक परिपूर्ण उत्पादन, संस्था किंवा कंपनी शोधून काढत नाही, तोपर्यंत आपल्याला आपल्या ग्राहकांच्या तक्रारींना सामोरे जावे लागते. समस्या येणार हे निश्चित आहे आणि काही तक्रारदारांना खूश करणे नक्कीच कठीण जाईल.

या पाठात पूर्वी नमूद केलेल्या तत्त्वांचे पालन करण्याशिवाय खालील आठ प्रक्रियेचा वापर करून आपण तक्रारींचे प्रभावीपणे निराकरण करू शकतो, संबंध निर्माण करू शकतो आणि ग्राहकांची निष्ठा सुधारू आणि राखू शकतो:

१. **अभिवादन करा:** फोनवर किंवा समोरासमोर व्यक्तीला नेहमी अभिवादन करा, जसे की आपण त्यांना पाहून किंवा ऐकून आनंदी आहात. मैत्रीपूर्ण सुरूवात करा. हे सांगणे सोपे आहे, परंतु ते करणे कठीण आहे. ग्राहकाशी संपर्क साधताना आपल्याला 'दिवसभराच्या कडक शिस्तीत राहावे' असे नकारात्मक अनुभव बाजूला सारले पाहिजेत. ग्राहक तक्रार करत राहिल्यास, सध्याच्या समस्येवर लक्ष केंद्रित करा.

२. **ऐका:** आपण अनेकदा सारख्या तक्रारी ऐकतो, त्यामुळे लोकांचे खरोखर ऐकणे आव्हानात्मक होते. त्यांना त्यांचा राग व्यक्त करण्याची संधी द्या. सहानुभूतीशील व्हा. केवळ तथ्येच नव्हे तर भावना देखील ऐका. खूप लवकर प्रतिक्रिया देण्याचा मोह टाळा. अधुनमधून काहीतरी

बोलून किंवा पुनरावृत्ती करून किंवा ग्राहकांच्या टिप्पण्या तुमच्या स्वतःच्या शब्दात पाठ करून असे दाखवा की तुम्ही सक्रियपणे ऐकत आहात.

३. **प्रश्न विचाराः** त्याची चिंता स्पष्ट करण्यासाठी प्रश्न विचारा. ग्राहकाला नेमक्या कोणत्या समस्यांबद्दल चिंता आहे हे समजेपर्यंत प्रतिक्रिया देण्यापासून परावृत्त करणे महत्त्वाचे आहे. सुरूवातीचे प्रश्न समस्येचे मूळ तथ्य समोर आणतात. त्यामुळे तक्रारकर्त्याचे मत समजून घेण्यास संधी मिळते. उदाहरणार्थ, 'ही समस्या कधी सुरू झाली?'
   तपशीलवार प्रश्नांपेक्षा अधिक तपशील मिळू शकतात. यामुळे ग्राहकाला त्याच्या समस्या आणि भावना सविस्तरपणे मांडण्याची संधी मिळते. हे प्रश्न तुलनेने लहान असले पाहिजेत, जेणेकरून ग्राहकाला अधिक बोलण्यास प्रोत्साहित करता येईल. उदाहरणार्थ, 'नक्की काय चूक झाली ते मला सांगा?'
   मूल्यमापन प्रश्न ग्राहकांच्या समस्येचे गांभीर्य समजून घेण्यास मदत करतात. उदाहरण द्यायचे झाले तर, तुमच्या मताप्रमाणे आपण काय केले पाहिजे? 'ग्राहकाचे समाधान करण्यासाठी आण कोणती पावले उचलली पाहिजेत याचे आपण येथे मूल्यमापन करतो.

४. **सहानुभूती बाळगाः** व्यक्तीच्या संमतीचा अर्थ असा नाही की आपण ग्राहकाच्या तक्रारीशी सहमत आहोत. येथे आपण ग्राहकाला दाखवतो की आपण त्याचे ऐकले आहे, आपण त्याची चिंता समजतो आणि आपण त्याच्यासाठी त्याचे महत्त्व ओळखतो.

५. **समस्येचे निराकरण कराः** एकदा भावनीक समस्या सोडवल्या गेल्या की, आपण तक्रारीच्या व्यावहारिक पैलूंचे निराकरण करण्यासाठी शक्य ते सर्व प्रयत्न केले पाहिजेत,जे आपल्याला शक्य आहे. आपण आपल्या कंपनीच्या कामाची जबाबदारी घेतली पाहिजे. ग्राहकांच्या तक्रारीचे निराकरण करण्यासाठी मदतीची आवश्यकता असल्यास, ते त्वरित आणि चांगले करा. शून्य ते शंभर करण्याची ही तुमची संधी आहे. ज्या लोकांच्या समस्या सोडवल्या जातात ते आपले ग्राहक आहेत.

६. **चाचणी प्रश्नः** तुम्ही तक्रारीच्या भावनिक आणि व्यावहारिक बाबी किती चांगल्या प्रकारे हाताळल्या आहेत हे तपासण्यासाठी प्रश्न विचारा. ग्राहकाशी बोलण्याची आणखी एक संधी प्रदान करा.

७. **अतिरिक्त समर्थन ऑफर कराः** आपण ग्राहकासाठी आणखी काय करू शकतो हे विचारा. यामुळे आपल्याला तक्रार करण्यापासून दूर जाण्याची संधी मिळते. ज्यामुळे संभाषण सकारात्मक पद्धतीने समाप्त करणे खूप सोपे होते.

८. **पुढील कारवाई कराः** अनेकदा पहिल्या संपर्काने तक्रारी पूर्णपणे सोडवता येत नाहीत. तक्रारीचे निराकरण झाले तरीही ग्राहकाशी पुन्हा संपर्क साधण्याचे कारण शोधा. उदाहरणार्थ, अतिरिक्त मूल्य प्रदान करण्याचा मार्ग शोधा. याव्यतिरिक्त, तुमच्या कंपनीमधील समस्यांची मूळ कारणे सोडवण्याचे मार्ग शोधा.

नकारात्मक वृत्तीच्या लोकांना सामोरे जाणे

जवळजवळ प्रत्येक संस्थेमध्ये आपल्याला असे लोक सापडतील जे कोणत्याही नवीन कल्पनांबद्दल नकारात्मक आहेत. जेव्हा आपण एखाद्या गोष्टीच्या बाजूने असतो तेव्हा ते त्याच्या विरोधात उभे राहतात. त्यांच्याकडे नेहमीच काहीतरी कारण असते की आपल्याला जे मिळवायचे आहे ते साध्य होऊ शकत नाही.

या नकारात्मकतेची कारणे वेगवेगळी असतात. हे कंपनीच्या मागील गैरवर्तनामुळे उद्भवू शकते, मग ते कर्मचाऱ्याला वास्तविक वाटले असो किंवा कर्मचाऱ्याला वाटले असो. असे असेल तर त्याची चौकशी करा. जर त्या व्यक्तीकडे नकारात्मक असण्याची वैध कारणे असतील तर त्यांना खात्री द्या की भूतकाळ निघून गेला आहे आणि आपण भविष्याकडे पाहिले पाहिजे. जर काही गैरसमज असतील तर ते दूर करण्याचा प्रयत्न करा.

बऱ्याचदा नकारात्मकतेचे मूळ व्यक्तिमत्त्वाच्या दीर्घकालीन घटकांमध्ये असते, ज्याचा सामना करण्याच्या व्यवस्थापकाच्या क्षमतेच्या पलीकडे असतात. या प्रकरणात व्यावसायिक मदत आवश्यक आहे.

थांबा ! बघा ! ऐका !

नकारात्मक लोकांशी व्यवहार करण्याचा एक चांगला नियम म्हणजे

त्यांचे युक्तिवाद स्वीकारणे आणि त्यांना वाटणाऱ्या समस्यांवर मात करण्यासाठी त्यांना तुमच्यासोबत काम करण्यास तयार करणे. जेणेकरून प्रकल्प पुढे जाऊ शकेल. प्रश्नापेक्षा त्या व्यक्तीला उत्तराचा भाग बनवा.

चला नकारात्मक लोकांद्वारे उदभवलेल्या काही समस्या पाहूः बदलाचा प्रतिकार. सकारात्मक दृष्टीकोन असलेले लोक देखील बदल करण्यास नाखूष असतात. पुर्वी जे चालू आहे, तेच पुढे चालू ठेवण्यात त्यांना धन्यता वाटते. सकारात्मक विचारसरणीच्या लोकांना तर्काने बदल करण्यास प्रवृत्त केले जाऊ शकते. नकारात्मक लोक प्रतिकारासाठी बदलाला विरोध करतात. कोणतेही तर्कशास्त्र मदत करत नाही. ते अनेकदा परिस्थिती अस्थिर करण्यासाठी सर्वकाही करतात जेणेकरून नवीन पद्धती कार्य करू शकत नाहीत आणि ते म्हणतात, 'मी तुम्हाला आधीच सांगितले होते.'

समूहाच्या मनोबलावर परिणाम. जसे एक कुजलेले सफरचंद संपूर्ण वळण उध्वस्त करू शकते, त्याचप्रमाणे एक नकारात्मक व्यक्ती संपूर्ण संघाचे मनोबल नष्ट करू शकते. धक्कादायक नकारात्मकता एका व्यक्तीकडून दुसऱ्या व्यक्तीकडे पसरते, म्हणून अशा परिस्थितीत समूहाचे मनोबल राखणे कठीण असते.

जेव्हा आपण नकारात्मक लोकांसमोर नवीन कल्पना मांडतो तेव्हा त्यांना त्यांचे आक्षेप उघडपणे मांडण्यास सांगा. असे काहीतरी म्हणाः 'तुम्ही काही चांगले मुद्दे मांडले आणि मला ते आवडले. आम्ही या नवीन योजनेत या वर जरूर विचार करू. तथापि, आम्ही या नवीन कल्पनेचा विचार करायला हवा. त्यावर माझ्यासोबत काम करा आणि एकत्रितपणे आपण अडचणींवर मात करू.

नकारात्मक व्यक्तिमत्व

अनिता नेहमी नकारात्मक विचार पसरविते. हे तिच्या बोलण्यातून दिसत नाही, तर तिच्या कृतीतून दिसते. ती कोणतीही सूचना वैयक्तिक आक्रमण म्हणून घेते आणि कोणतेही नवीन काम अशा अनिच्छेने आणि चिडचिडेपणाने करते की सर्वांचे मनोबल खचून जाते. अनितासारख्या लोकांना याची कल्पना नसते की लोक तिच्याबद्दल काय विचार करत असतील. ते कदाचित नोकरीत तसेच वैयक्तिक आयुष्यातही असेच वागतात. असे लोक

आपल्या कुटुंबात सामंजस्याने राहत नाहीत, त्यांच्या मित्रांची संख्या कमी असते आणि त्यांचा नेहमीच विरोध असतो. अशा लोकांशी वागण्याची चांगली सुरूवात म्हणजे त्यांच्याशी मोकळेपणाने बोलणे, जेणेकरून त्यांच्या वृत्तीचा आपल्या समूहाच्या मनोबलावर कसा परिणाम होतो हे त्यांना कळेल. आश्चर्याची गोष्ट म्हणजे अनेक नकारात्मक विचार करणाऱ्यांना आपल्या वागण्याने इतरांचे मनोधैर्य कमी होत आहे याची जाणीवही नसते.

डेल कार्नेगी कोर्स सारख्या व्यक्तिमत्व सुधारणा कार्यक्रमात सामील होण्याचा त्यांना सल्ला द्या. अशा कार्यक्रमांमुळे बऱ्याच लोकांना नकारात्मकतेवर मात करण्यात आणि त्यांच्या नोकरीची कामगिरीच नव्हे तर त्यांचे संपूर्ण आयुष्य सुधारण्यास मदत झाली आहे.

सर्व बाजूंनी जिंकण्याच्या दिशेने काम करा

जर प्रत्येकजण जिंकत नसेल तर खरे तर कोणीही जिंकत नाही. इतरांना 'पराभूत' करण्याचा परिणाम असा होतो की अखेरीस ग्राहक गमावले जातात, कर्मचारी त्यांच्या नोकऱ्या सोडतात, कार्यरत गट प्रतिकूल बनतो आणि कंपन्या क्षमतेपेक्षा कमी काम करतात.

काळजीपूर्वक तयारी करून आणि लोकांशी वागण्याचे उत्तम तंत्र लक्षात ठेवून, आपण इतरांना आपली मतं पटवून देऊ शकतो. मग प्रत्येकजण उत्साहाने आपल्या कल्पना अंमलात आणताना पाहून आपल्याला प्रचंड समाधान मिळू शकतं.

इतरांना त्यांचे मत स्वीकारण्यास प्रवृत्त करण्याच्या बाबतीत, डेल कार्नेगीच्या सिद्धांतांपेक्षा चांगले धोरण नाही. हा वाद कौटुंबिक असो, सामाजिक ओळखीचा किंवा नोकरीतला असो, त्यातून सर्वोत्कृष्ट मिळवण्याचा हा मार्ग आहे. हे आहेतः

१. समोरच्या व्यक्तीच्या मताचा आदर करा. एखाद्या व्यक्तीला तो चुकीचा आहे असे कधीही म्हणू नका.
२. तुम्ही चुकत असाल तर लगेच आणि ठामपणे कबूल करा.
३. मैत्रीपूर्ण मार्गाने सुरूवात करा.
४. समोरच्या व्यक्तीला लगेच 'हो' म्हणायला लावा.

५. समोरच्या व्यक्तीला जास्त बोलू द्या.

६. समोरच्या व्यक्तीला वाटू द्या की हा विचार त्याचा आहे.

७. समोरच्या व्यक्तीच्या दृष्टिकोनातून परिस्थिती पाहण्याचा प्रमाणिक प्रयत्न करा.

८. इतरांच्या विचार आणि इच्छांबद्दल सहानुभूती बाळगा.

९. उच्च ध्येयांसाठी आग्रह धरा.

१०. तुमचे विचार नाट्यमय करा.

११. एक आव्हान द्या.

प्रकरण - ४
यशस्वी नेत्याचे गुण

व्यक्तीला नेता म्हणून जन्माला येण्याची गरज नाही, बहुतेक लोकांना नेता होण्यासाठी प्रशिक्षित केले जाऊ शकते, परंतु खरोखर महान नेता होण्यासाठी त्यांनी काही खास गुण आत्मसात केले पाहिजेत. हे खास गुण काय आहेत याचे अनेक अभ्यास वर्षानुवर्षे केले गेले आहेत. जरी वैयक्तिक सामर्थ्य आणि क्षमता भिन्न असू शकतात, संशोधन असे सूचित करते की उत्कृष्ट व्यवस्थापक जगाकडे समान नजरेने पहातात. सर्वात यशस्वी नेते खालील गुणांचे अनुसरण करतातः

ज्यात नैतिक मूल्ये आणि उच्च मानके असतात. टेम्पलटन फंड हा जगातील सर्वात फायदेशीर म्युच्युअल फंडांपैकी एक होता आणि त्याचे संस्थापक सर जॉन टेम्पलटन यांच्या तत्त्वज्ञानाचे अनुसरण करून आपण बरेच काही शिकू शकतो. त्यांच्या व्यवसायाच्या सवयी या विश्वासावर आधारीत होत्या की सर्वात यशस्वी लोक बहुतेक वेळा नैतिकदृष्ट्या प्रेरित असतात. ते म्हणतात, 'अशा लोकांना व्यवसायातील नैतिकतेचे महत्त्व अधिक अचूक समजण्याची शक्यता असते आणि ग्राहकांची फसवणूक करण्यासाठी नव्हे तर जास्तीत जास्त प्रदान करण्यासाठी त्यांच्यावर विश्वास ठेवला जाऊ शकतो. प्रामाणिकपणा आणि चिकाटीला कठोर परिश्रमाची जोड देणे हे टेम्पलटनच्या तत्त्वज्ञानाचे सार आहे, 'जे स्वतःला त्यांच्या कामात गुंतवायला शिकले आहेत.. ते यशस्वी आहेत. त्यांनी जे कमावले आहे, ते त्यांनी मिळवले आहे. पैशाचे महत्त्व समजण्यापेक्षा त्यांना त्यांची स्वतःची किंमत माहित आहे.'

ते त्यांच्या व्यावसायिक आणि वैयक्तिक जीवनात सचोटीने वागून उदाहरण

पुढे ठेवतात. मग ते स्वतःचे विचाराला कार्यान्वीत करणे असो किंवा दुसऱ्याच्या विचाराला. जे नियोजित आहे ते साध्य होईल याची खात्री करण्यासाठी ते काम करतात. नेतृत्व क्षमता सशक्त करण्यात यश आणि यशापेक्षा अधिक शक्तिशाली काहीही नाही. नेत्याने आणि त्याच्या सहकाऱ्यांनी ठरवलेली उद्दिष्टे साध्य करण्यासाठी कठोर परिश्रम केल्याने पुढारी आणि समूहाच्या यशाची शक्यता वाढते आणि नेत्याला आणि समूहाला पुढे जाण्यासाठी प्रेरणा मिळते.

त्यांना कंपनी आणि विभागाच्या उद्दिष्टांची जाणीव असते आणि ते बदलांबद्दल जागरूक असतात. सर्वोत्तम नेते स्वतःसाठी उच्च प्रमाण ठरवतात आणि नंतर त्यांचे ध्येय साध्य करण्यासाठी कठोर परिश्रम करतात. इतरांप्रमाणे आपणही चुका करू आणि जेव्हा आपण करतो, तेव्हा आपण त्या चुकांकडे शिकण्यासाठी अनुभव म्हणून पाहिले पाहिजे आणि त्यांचे यशामध्ये रूपांतर करण्याचा प्रयत्न केला पाहिजे. या म्हणीप्रमाणे, 'जर तुम्ही कधीही चुका केल्या नाहीत, तर तुम्ही कधीही निर्णय घेतला नाही.'

ते परिणाम साध्य करण्यासाठी सक्रिय आणि स्वयं-प्रेरित आहेत. ते कधीच स्वतःवर पूर्णपणे समाधानी नसतात. ते केवळ त्यांच्या क्षेत्रातील नवीनतम ज्ञानच घेत नाहीत तर ते अनेक क्षेत्रांमध्ये त्यांचे ज्ञान आणि समज सुधारतात. ते त्यांच्या आवडीनुसार व्यावसायिक जर्नल्स आणि मासिके वाचतात. ते मोठ्या प्रमाणावर अभ्यास करतात. ते व्यावसायिक आणि व्यावसायिक संस्थांमध्ये सक्रिय भूमिका घेतात, केवळ नवीन घडामोडींच्या संपर्कात राहण्यासाठीच नव्हे तर इतर संस्थांमधील सहकाऱ्यांसह त्यांचे विचार सामायिक करण्यासाठी देखील. ते परिषदांमध्ये जातात आणि अनेक वर्षांच्या ज्ञानासाठी आणि कल्पनांसाठी ते वळू शकतील अशा लोकांचे नेटवर्क तयार करतात.

ते शक्तिशाली संवादक आणि अपवादात्मक श्रोते आहेत. ते त्यांच्या कर्मचाऱ्यांचे ऐकतात आणि ओळखतात की पुरूष आणि स्त्रिया, जरी स्वतः नेतृत्वाच्या पदावर नसले तरी, त्यांच्या स्वतःपेक्षा अधिक मौल्यवान कल्पना आणि सूचनांचे योगदान देऊ शकतात. एक चांगला नेता एक आश्वासक वातावरण तयार करतो, ज्यामध्ये सर्व सहभागींना माहित असते की निर्णयामध्ये सहभागींचे स्वागत होते.

ते दबावाखाली लवचिक असतात आणि त्यांच्या भावनांवर नियंत्रण ठेवतात. अपयशाचा सामना करताना त्याचे समर्पण त्याला हार मानू देत नाही. या प्रकरणात आपण पराभवाचा सामना केल्यानंतर आत्मविश्वास कसा मिळवावा याबद्दल चर्चा केली आहे. चांगले नेते या सत्याचे पालन करतात. ते अडथळे किंवा निराशा यांना प्रयत्न थांबवू देत नाहीत आणि त्यांच्या अनुयायांना पुढे जाण्यासाठी प्रोत्साहित करतात. त्यांच्यात सकारात्मक दृष्टीकोन असतो. सकारात्मक विचार करण्याची सवय दोन कारणांमुळे आपल्या क्षमतांमध्ये कमालीची वाढ करते. प्रथम, कारण ते संभाव्यतेचा शोध घेते, जे आधी बंद केले गेले होते, आतापर्यंत अज्ञात स्त्रोतांना आमंत्रित करते आणि दुसरे, ते आपल्या यशाचे सर्व शत्रू जसे की भीती, चिंता, तणाव यांचा नाश करून आपल्या मनाशी सुसंवाद साधते. हे सर्व आपले शत्रू आहेत. कार्यक्षमता हे आपले मन यशाच्या स्थितीत ठेवते. ते आपल्या संवेदनांना तीक्ष्ण बनवते, त्यांना अधिक तीव्र करते, कारण ते जीवनाकडे एक नवीन दृष्टीकोन प्रदान करते आणि आपला दृष्टीकोन वळवते जेणेकरून आपला चेहरा आपल्या ध्येयाच्या दिशेने, निश्चिततेच्या दिशेने, विश्वासाच्या दिशेने असेल. आपण आपल्या सकारात्मकतेवर जोर दिला पाहिजे. शंका, भीती आणि अनिश्चिततेऐवजी विचार आणि कृतीवर. जर आपण सकारात्मक विचार करणारे असू, तर आपले सहकारी देखील सकारात्मक विचार करणारे असण्याची दाट शक्यता आहे.

ते त्यांच्या संघाच्या सहकार्याला प्रोत्साहन देतात. चांगले नेते गर्विष्ठ किंवा आत्मसंतुष्ट नसतात. ते सतत नवनवीन शोधांच्या शोधात असतात जे आपल्या गोष्टी करण्याच्या पद्धतीत सुधारणा करतात, ग्राहकांचे सातत्यपूर्ण समाधान सुनिश्चित करतात आणि संस्थेचा नफा वाढवतात.

त्यांचे मन नवीन कल्पनांसाठी खुले असते आणि सूचनांचे स्वागत करतात. जेव्हा बदल आणि सुधारणा केल्या जातात, तेव्हा ते त्यांचे ध्येय साध्य करण्यासाठी आणखी चांगले मार्ग शोधतात. वैयक्तिक कार्यसंघ सदस्यांना कशामुळे प्रेरणा मिळते हे जाणून घेण्यासाठी ते वेळ घेतात आणि त्यांना यशस्वी होण्यासाठी मदत आणि प्रोत्साहन देण्यात त्यांना आनंद होतो. महान नेता लोकांना समजून आहेत-त्यांना काय कृती करण्यास प्रवृत्त करते आणि ते जसे करतात, तसे प्रतिक्रिया देतात. लोकांचे प्रेरक असण्याचे महत्त्व ते ओळखतात ? ते इतरांच्या

भावना आणि प्रेरणांकडे लक्ष देऊन हे करतात. ते ज्या लोकांच्या संपर्कात येतात त्यांच्यात त्यांना खरा रस असतो. डेल कार्नेगीने अगदी बरोबर सांगितले होते, तुम्ही स्वतःमध्ये इतरांची आवड जागृत करण्याचा प्रयत्न करून दोन वर्षांत जितके मित्र बनवू शकता, त्यापेक्षा दोन महिन्यांत तुम्ही इतरांमध्ये खरा रस घेऊन अधिक मित्र बनवू शकता. 'ते इतरांची ताकद ओळखतात आणि वाढवतात. बऱ्याचदा शक्तिशाली पदांवर असलेले लोक त्यांच्या कामाच्या ताकदीमुळे त्यांच्या अधीनस्थांना आदेश पाळण्यास भाग पाडतात. परंतु असे लोक खरे नेते नसतात. होय. आदेशांचे पालन केले जाईल, परंतु तेच होईल. खरे आहे. नेते त्यांच्या सहकाऱ्यांमध्ये आत्मविश्वास आणि विश्वास वाढवतात. (लक्षात घ्या, ते त्यांना सहकारी म्हणून पाहतात, अधीनस्थ नाही. परंतु त्यांच्या स्वतःच्या कल्पना सुरू करण्याची, नवकल्पना आणण्याची आणि अंमलात आणण्याची इच्छा देखील असते, जी स्थापित उद्दिष्टांच्या दिशेने असते.

परिणामांसाठी स्वतःला आणि इतरांना जबाबदार धरा. त्यांचे भागीदार समजतील आणि स्वीकारतील अशी स्केल तयार करा आणि नंतर त्या निकषांची पूर्तता करण्यासाठी कार्य करा. ते विसंगती कमी करण्यासाठी त्वरीत कार्य करतात. ते त्यांच्या स्वतःच्या मर्यादा ओळखतात आणि आवश्यकतेनुसार मदत घेतात.

ते कार्यक्षम असतात आणि त्यांच्या वेळेचे प्रभावी व्यवस्थापन करतात. वेळापत्रक तयार करतात. प्राधान्यक्रम काम करतात आणि कामातील अडथळे दूर करतात. ते सर्जनशील आणि नवीन विचार आत्मसात करतात. ते नवीन विचार अमलात आणायला घाबरत नाहीत. चांगले नेते आत्मसंतुष्ट किंवा अहंकारी नसतात. ते सतत नवनवीन शोधांच्या शोधात असतात, जे आपल्या गोष्टी करण्याच्या पद्धतीत सुधारणा करतात, ग्राहकांचे सातत्यपूर्ण समाधान सुनिश्चित करतात आणि संस्थेचा नफा वाढवतात. त्यांचे मेंदू नवीन कल्पनांबद्दल खुले असतात आणि ते सूचनांचे स्वागत करतात. जेव्हा बदल आणि सुधारणा केल्या जातात, तेव्हा ते त्यांचे ध्येय साध्य करण्यासाठी आणखी चांगले मार्ग शोधतात.

त्यांच्यात दूरदृष्टी आहे. महान नेत्यांना त्यांना काय साध्य करायचे आहे आणि त्यांचे ध्येय साध्य करण्यासाठी त्यांना कोणती पावले उचलावी लागतील हे माहित असते. ते अल्पकालीन उद्दिष्टे पूर्ण करण्यापलीकडे पाहतात आणि मोठे चित्र त्यांच्या मनात स्पष्टपणे ठेवतात. नॉत्रदम युनिव्हर्सिटीचे माजी

अध्यक्ष थिओडोर हेसबर्ग यांनी थोडक्यात असे म्हटले आहे की, 'नेतृत्त्वाचे खरे सार हे आहे की तुमच्याकडे एक दृष्टी असणे आवश्यक आहे. ती अशी दृष्टी असली पाहिजे जी तुम्ही प्रत्येक प्रसंगात स्पष्टपणे व्यक्त करू शकाल आणि सामर्थ्याने तुम्ही एक आदर्श निर्माण करू शकाल. तुम्ही मध्येच एखादा बिगूल नाही वाजवू शकत.

काम पूर्ण करण्यावर लक्ष केंद्रित करूया. आपण सर्वांनी व्यवस्थापकीय पदांवर असे लोक पाहिले आहेत, जे उत्कृष्ट नेतृत्वगुण दाखवतात, परंतु ते कधीच यशस्वी का होत नाहीत, हेच कळत नाही. वाटेत कुठेतरी त्यांची संधी हुकली असावी.

येथे एक उदाहरण आहे. ए.बी.सी. वितरण कंपनीने ब्रायनला प्रादेशिक विक्री व्यवस्थापक म्हणून नियुक्त केले, त्यामुळे ते त्याच्याबद्दल उत्साही होते. त्याच्याकडे उच्च शिफारशी होत्या. निवड प्रक्रियेदरम्यान तिच्या मार्केट मॅनेजरला मार्केटचे शेवटपर्यंतचे ज्ञान, व्यवसाय कसा वाढवायचा याबद्दलच्या त्याचे नाविन्यपूर्ण कल्पना आणि स्वतःचे आकर्षक व्यक्तिमत्व यामुळे त्याने प्रभावित केले होते. नोकरीच्या पहिल्या काही महिन्यांत, त्याने आपल्या क्षेत्रासाठी एक सर्जनशील आणि व्यापक विपणन कार्यक्रम तयार केला. त्याने साहित्य लिहिण्यात, संपूर्ण तपशीलात जाऊन आणि त्यासाठी ग्राफिक्स तयार करण्यात अनेक आठवडे घालवले. यामुळे त्यांनी नंतर व्यवस्थापन आणि विक्री दलासाठी अनेक प्रभावी भूमिका साकारल्या. तिथेच ते संपले. तो खरोखर बाहेर जाऊन त्याच्या कार्यक्रमावर काम करू शकला नाही. जेव्हा मार्केटिंग मॅनेजरने तिच्या माजी नियोक्त्याशी संपर्क साधला तेव्हा त्याला कळले की ब्रायन एक स्टाफ मार्केटर आहे, त्या प्रकारच्या कामात खूप हुशार आहे, परंतु कधीही पूर्णपणे जबाबदार नाही. त्यात नेतृत्वाचा मुख्य अभाव होता-कामे पूर्ण करणे.

ते सहज घाबरत नाहीत का ? जेव्हा अपयशाला सामोरे जावे लागते तेव्हा ते हाती लगाम घेतात आणि समस्येवर मात करण्यासाठी संघर्ष करतात. डोमिनोज पिझ्झाचे संस्थापक टॉम मोनाहन हे त्याचे उत्तम उदाहरण आहे. १९८९ मध्ये कंपनी विकल्यानंतर जवळपास ३० वर्षांनी त्यांनी एका मजली पिझ्झा पार्लरचे रूपांतर अनेक हजार होम डिलिव्हरी आउटलेटच्या साखळीत केले. ज्या कंपनीने ही साखळी अडीच वर्षांनी विकत घेतली. त्याची गती थांबली,

जी मोनाहनने गाठली होती. कंपनी वाचवण्यासाठी त्यांनी पुन्हा कंपनी विकत घेतली आणि ते सीईओ झाले. त्याच्या पूर्वीच्या स्थितीत परत आले. त्यांनी कंपनीचे पुनरूज्जीवन केले आणि अमेरिकेत ५ हजारांहून अधिक स्टोअर्सचा विस्तार केला आणि इतर देशांमध्ये ३ हजारांहून अधिक स्टोअर उघडले.

काम करण्यापासून नेतृत्त्व करण्यापर्यंतचे रूपातंरण

व्यवस्थापन आणि नेतृत्व पदांवर लोकांना पदोन्नती मिळण्याचे मुख्य कारण म्हणजे ते त्यांच्या कामात प्रभावी होते. जेव्हा आपल्याला ती पदोन्नती मिळते, तेव्हा आपण जे काही करत होतो त्यापेक्षा चांगल्या गोष्टी इतरांना करायला लावणे हे आपले काम आहे. यासाठी पूर्णपणे भिन्न पात्रता गट आवश्यक आहे. आपल्या क्षमतेचा आणि आपल्या यशाचा फायदा घेण्यासाठी आपल्या वेळेचा उपयोग करून नेतृत्व करण्यापासून परिवर्तन आवश्यक आहे.

लोक आणि प्रक्रिया दरम्यान समतोल राखणे

व्यवस्थापक म्हणून प्रभावी होण्यासाठी, आपण कर्मचारी आणि प्रक्रिया यांच्यात संतुलन राखले पाहिजे. कर्मचाऱ्यांवर जास्त लक्ष केंद्रित करणे म्हणजे एक प्रमुख कर्मचारी निघून गेल्यास सर्व काही ठप्प होते. प्रक्रिया केंद्रीत होणे म्हणजे सर्वोत्कृष्ट यंत्रणा अस्तित्वात आहे; मात्र, त्यांना कोणी समजून घेत नाही किंवा त्यांच्यात काम करण्याची इच्छाही नाही. प्रक्रिया-केंद्रित प्रणाली म्हणते, 'ही योजना आहे आणि आपण गोष्टी कशा करतो ते येथे आहे.' कर्मचारी-केंद्रित प्रणाली म्हणते, 'चला नियोजनाबद्दल आणि यावर बोलूया की आपण हे कशासाठी करतो ? 'योग्य समतोल असल्यावर उत्पादकता आणि समर्पण दोन्हीही सर्वोच्च पातळीवर कायम रहातात.

प्रेरणा आणि जबाबदारीच्या दरम्यान समतोल

प्रेरणेशिवाय काहीही केले जाऊ शकत नाही, परंतु जसे आपण लोकांना जबाबदार धरण्याचा प्रयत्न करतो तेव्हा ते प्रवृत्त होत नाहीत, बरोबर ? आवश्यक नाही आहे ! लोकांना जबाबदार धरून त्यांना प्रेरणा देणारी आणि प्रेरित करणारी साधने, त्यांची आणि जबाबदाऱ्यांसाठी हा समतोल आपल्याला स्वतःवर आणि आपल्या कार्यसंघाच्या निकालांवर अधिक नियंत्रण रहातो.

परिणामासाठी संवाद आणि प्रशिक्षण

व्यवस्थापकाचे काम लोकांना तयार करणे आहे आणि आज ते नेहमीपेक्षा अधिक महत्त्वाचे आहे. जेव्हा आपण असे वातावरण तयार करतो जेथे कर्मचाऱ्यांना परिणाम मिळतो. नवीन कौशल्ये विकसित होतात आणि यशस्वी होतात. असे असेल तर आपण व्यवस्थापक आणि लोकनेते म्हणून आपली सर्वोत्तम मागणी पूर्ण करत आहोत. सामर्थ्य आणि संवेदनशीलतेसह संवाद करणे, कर्मचाऱ्यांना प्रशिक्षण देणे आणि सुधारणे हे प्रत्येक नेत्याचे सर्वोच्च प्राधान्य आहे.

लोकांना व्यवस्थाक पदांवर पाठवण्याचा सर्वात महत्त्वाचे कारण हे असते की त्यांनी त्यांच्या क्षेत्रात उत्कृष्ट होण्यासाठी आवश्यक ती पात्रता आणि ज्ञानाचे सादरीकरण केले आहे. परंतु व्यवस्थापक म्हणून त्याचे यश आता वैयक्तिक कामगिरीवर अवलंबून नाही; ते यशस्वी होण्यासाठी इतरांना प्रशिक्षण देण्यावर अवलंबून असते. कर्मचाऱ्याकडून व्यवस्थापकाकडे यशस्वीपणे वळण्यासाठी नवीन मानसिकता आणि नवीन क्षमतांची आवश्यकता असते. खाली दिलेला तक्ता कर्मचारी असणे आणि यशस्वी नेता असणे यातील फरक दर्शवितोः

कर्मचारी व्यवस्थापक किंवा नेता

- मार्गदर्शन आणि दिशादर्शन आवश्यकता असते धोरण तयार करण्यासाठी, प्राधान्यक्रम ठरविण्यासाठी आणि उच्च व्यवस्थापनाचे कार्य सुरळीत करण्यासाठी, हे काम तो करतो.
- तंत्राचा स्वीकर करतो, तंत्र प्रदान करतो आणि धोरण ठरवतो.
- एक अल्पकालीन दृष्टीकोन असतो दुसरा दीर्घकालीन दृष्टीकोन. स्वीकारतो आणि पालन करतो; आव्हाने, मन वळवतो आणि प्रभाव पाडतो.
- विशिष्ट क्षेत्रांमध्ये क्षमता प्रदर्शित करतो, वैयक्तिक सामर्थ्यांचा फायदा घेण्यासाठी संधी शोधतो,
- त्याला समजून घ्यायचे आहे. 'त्यात माझ्यासाठी काय आहे' सतत पुनर्मूल्यांकन करतो आणि संघर्ष आणि बदल स्वीकारतो.
- ऐकावे आणि समजून घ्यावे, ऐकावे आणि समजून घ्यावेसे वाटते.

नोकरीमध्ये उत्कृष्ट होण्यासाठी काय आवश्यक आहे हे ओळखतो आणि यशस्वी होण्यासाठी प्रशिक्षण, समर्थन, मार्गदर्शन आणि संसाधने प्रदान करतो.

- उद्देश शोधतो, उत्साह, जोम आणि विश्वासाने उद्देश देतो.
- विश्वास, प्रतिबद्धता, जबाबदारी आणि मालकीची लालसा बाळगतो. मत मागवतो, नंतर काम सोपवतो, अधिकार देतो आणि लोकांना जबाबदार धरतो.
- आश्वासन आणि अभिप्राय आवश्यक असतो. कामगिरीबद्दल सतत अभिप्राय प्रदान करतो.
- प्रशंसा आणि ओळख वाढवतो, सतत विश्वास वाढवतो, प्रशंसा व्यक्त करतो आणि प्रसिद्धीचे श्रेय देतो.
- स्पष्ट करिअरला मार्ग पाहिजे असतो. विकासाला संधी प्रदान करतो.

ध्येय ठरवणे आणि ते साध्य करण्यासाठी योजना तयार करणे.

आपली नेतृत्व क्षमता लागू करण्यासाठी आपण पहिले पाऊल उचलले पाहिजे ते म्हणजे ध्येय निश्चित करणे. एक चांगली बोट चालविणाऱ्याप्रमाणे प्रभावी नेता हे ठरवितो की कोणती उद्दिष्टे ठरवायची आणि ती उद्दिष्टे कधी आणि कशी गाठली पाहिजेत.

काही लोक 'लक्ष्य' शब्दाऐवजी 'उद्दिष्ट' या शब्दाला अधिक प्राधान्य देतात. उद्दिष्टे आणि लक्ष्य जवळजवळ समानार्थी संज्ञा आहेत, ज्या दीर्घकालीन परिणामांचे वर्णन करतात, ज्याच्या दिशेने एखाद्या संस्थेचे किंवा व्यक्तीचे प्रयत्न निर्देशित केले जातात.

असे लोक आहेत ज्यांना नकाशाशिवाय प्रवास करणे आवडते. त्यांना प्रवाहांवर स्वार व्हायचे असते आणि त्यांना रोमांच आणि संपत्ती मिळेल अशी आशा असते आणि कधीकधी असे होते. पण कंपन्या आणि इतर संस्थांचे नेते आणि व्यवस्थापकांना एवढा धोका पत्करणे परवडत नाही. त्यांच्या स्वतःच्या संघांप्रती जबाबदाऱ्या असल्याने, त्यांना कुठे जायचे आहे, त्यांना काय साध्य करायचे आहे, वाटेत त्यांना कोणत्या प्रकारच्या समस्या येऊ शकतात आणि या समस्यांवर ते कसे मात करतील हे त्यांना माहित असले पाहिजे.

जोपर्यंत आपल्याला नक्की काय साध्य करायचे आहे हे कळत नाही तोपर्यंत आपण ते साध्य करण्याच्या किती जवळ आहोत, याचा अंदाज येत नाही. निश्चित उद्दिष्टे आपल्याला आपली प्रगती मोजण्यासाठी एक मापदंड देतात.

आपल्या संघाचे ध्येय साध्य करण्यासाठी आपण जी उद्दिष्टे निश्चित केली आहेत, ती आपल्या संस्थेने आपल्यासाठी निश्चित केलेल्या मोठ्या उद्दिष्टांशी सुसंगत असणे आवश्यक आहे. आपण आपली नोकरी, विभाग किंवा संघासाठी ज्या उद्दिष्टांची आखणी करतो त्या उद्दिष्टांशी संस्थेच्या उद्दिष्टांचा मेळ साधला नाही तर आपला वेळ आणि शक्ती वाया जाईल.

उद्दिष्टे हा प्रेरक कार्यक्रमांचा पाया असतो. आपले ध्येय गाठण्याचा प्रयत्न करताना आपल्याला प्रेरणा मिळते. आपण आपल्या कार्यसंघ सदस्यांना त्यांची उद्दिष्टे जाणून घेण्यास प्रोत्साहित करण्यात मदत करतो आणि त्यांना त्यांच्यापर्यंत पोहोचण्यास मदत करतो. बऱ्याच संस्थांमध्ये, एकूण मोठे चित्र लक्ष्य शीर्ष व्यवस्थापनाद्वारे निश्चित केले जाते आणि विभाग आणि संघांना दिले जाते, जे त्यांच्या मार्गदर्शनाखाली त्यांची स्वतःची ध्येये निश्चित करतात.

ध्येय निश्चित करण्याची प्रक्रिया

ध्येय निश्चित करण्याच्या प्रक्रियेत वेळ, ऊर्जा आणि मेहनत लागते. ध्येय काही अशी गोष्ट नाही जी आपल्या कॉफी ब्रेक दरम्यान आपण नॅपकिनवर लिहून ठेवावीत. आपल्याला खरोखर जे काही साध्य करायचे आहे, त्याचे नियोजन केले पाहिजे, एक वेळापत्रक तयार केले पाहिजे, कामाच्या कोणत्या भागाची जबाबदारी कोणाची असेल हे ठरवावे आणि नंतर अंदाज लावावा. ठरावाचे नियोजन केले पाहिजे. आपल्या उद्दिष्टांच्या प्राप्तीला धोका निर्माण करणाऱ्या अडथळ्यांची यादी करा. ध्येय स्पष्ट असावे. ज्या लोकांना त्यांची पूर्तता करायची आहे त्यांनी ध्येये पूर्णपणे समजून घेतली पाहिजेत. व्यवस्थापक, मग ते उच्च स्तरावर असो किंवा व्यवस्थापन पदानुक्रमातील इतर कोणत्याही स्तरावर असो, त्यांना केवळ कंपनीच्या उद्दिष्टांचीच जाणीव नसावी, तर त्यांच्याशी पूर्णपणे वचनबद्धही असले पाहिजे.

ध्येय निश्चित करण्याचे फायदे

ध्येय निश्चितीमुळे काम करणाऱ्या लोकांना प्रेरणा मिळण्यास मदत होते. एखाद्या गोष्टीची गरज का आहे हे लोकांना कळले, तर ते ते चांगले करायला शिकतील आणि अशा प्रकारे ध्येय गाठण्याची शक्यता वाढेल. असे होणार नाही की त्यांना कोणतेही कारण न सांगता एखादे काम करायला सांगितले जाईल. चांगले काम केल्याचा लोकांना अभिमान वाटतो. जोपर्यंत त्यांना ते करत असलेल्या कामाचा उद्देश कळत नाही, तोपर्यंत ते समाधानकारक काम करत आहेत की नाही हे त्यांना कळू शकत नाही.

उदाहरणार्थ, नील, एक अभियांत्रिकी विद्यार्थी, एका सहयोगी शिक्षण कार्यक्रमात होता ज्यामध्ये त्याने तीन महिने उद्योगात काम केले आणि तीन महिने वर्गात भाग घेतला. त्याची नोकरी एका मोठ्या प्लास्टीक कंपनीच्या संशोधन प्रयोगशाळेत होती, जिथे त्याला सामान्य चाचणी असाइनमेंट देण्यात आले होते. कामात तोच तोचपणा आणि कंटाळवाणे होते. त्यामुळे नीलची त्यातली आवड लवकरच कमी झाली आणि त्याची कामगिरी कमी झाली. लॅब मॅनेजरने कामावर होणारा परिणाम पाहून त्याला बाजूला घेतले आणि समजावले की अशा तपसणीचे किती महत्त्व असते. परिणामांचा काय उपयोग आहे आणि हे कार्य कंपनीच्या उत्कृष्ट उत्पादनाच्या उद्दिष्टात किती तंतोतंत योगदान देते हे काळजीपूर्वक स्पष्ट केले. एकदा नीलला त्याच्या प्रयत्नांचे महत्त्व कळले की, त्याच्या कामगिरीत सुधारणा झाली आणि तो त्वरीत उच्च-श्रेणीचे निकाल देऊ लागला.

ध्येय निश्चितीमुळे नियोजनात सातत्य येते. जेव्हा एखाद्या संस्थेच्या नियोजनामध्ये अनेक लोक गुंतलेले असतात, तेव्हा उद्दिष्टांची अधिक संपूर्ण माहिती संपूर्ण उद्दिष्टांच्या दिशेने तयार केलेल्या योजना तयार करणे सोपे जाते. नियोजन प्रक्रियेत सामील असलेला प्रत्येकजण मोठ्या उद्दिष्टांवर लक्ष ठेवतो आणि संपूर्ण चित्रात त्यांच्या योजनेचे पैलू योग्य ठिकाणी ठेवतो.

ध्येय ठरवणे समन्वय आणि नियंत्रणासाठी एक भक्कम पाया प्रदान करते. या उद्दिष्टांच्या आधारे, कार्यप्रदर्शन स्केल सेट केले जाऊ शकतात आणि त्या बदल्यात ते मार्गदर्शक बोर्ड बनतात ज्यावर वास्तविक कामगिरी मोजली जाते.

लवचिकता

कधी कधी आपण ध्येय गाठूही शकत नाही. आता परिस्थिती बदलली असेल. जे एकेकाळी व्यावहारिक वाटले ते कदाचित व्यावहारिक नसेल. निराश होण्याऐवजी आपण लवचिक असायला हवे.

बदलत्या परिस्थितीनुसार ध्येये बदलणे

प्रकल्पाच्या कार्यकाळात अपेक्षित असलेल्या काही विशिष्ट परिस्थितींवर आधारित आपण सर्व उद्दिष्टे निश्चित ठरवत असतो. पण परिस्थिती बदलते आणि त्यामुळे मूळ उद्दिष्टांमध्ये फेरफार करावा लागतो. हे उद्दिष्ट साध्य करण्यासाठी, अनेक कंपन्या ध्येय निर्धारण कार्यक्रम ठरवतात. ज्यामध्ये तीन स्तरांचा समावेश असतो.

* पर्याय १, मुख्य किंवा मानक ध्येय. जे आपण साध्य करू इच्छितो, जर सर्व काही ठीक झाले तर.
* पर्याय २, किंचित कमी ध्येय. जर परिस्थिती बदलली आणि हे स्पष्ट झाले की आपले मुख्य ध्येय साध्य करणे शक्य नाही, तर आपण आपले ध्येय पुन्हा परिभाषित करण्यासाठी सुरूवातीपासून सुरूवात करण्याऐवजी या पर्यायावर जाऊ शकतो.
* पर्याय ३ एक उच्च पातळीचे ध्येय. जर आपण मूळ विचार केला त्यापेक्षा जास्त प्रगती करत असू, तर आपण हा पर्याय निवडू शकतो आणि ध्येयाच्या पुढे असण्याची फुशारकी मारण्यापेक्षा अधिक साध्य करू शकतो.

पी. सी. एक्स. कंपनीचेच उदाहरण घ्या, जी मेट्रोपॉलिटन फिलाडेल्फिया परिसरात आहे. ती संगणकांची सेवा आणि दुरूस्ती करते. एका वर्षात दहा नवीन खाती उघडण्याचे त्याचे विक्री लक्ष्य होते. जेव्हा एखाद्या राष्ट्रीय स्पर्धकाने त्याच परिसरात सेवा आउटलेट उघडले तेव्हा ग्राहकांची संख्या कमी होण्यापासून रोखण्यासाठी कंपनीची सर्व ऊर्जा त्याच्या चालू खात्यांची बचत करण्यात गेली. त्यानंतर नवीन ग्राहकांना आकर्षित करणे आणि विकसित करणे हे लक्ष्य कमी करावे लागले. दुसरीकडे, पी. सी. एक्स. चे ते वर्ष चांगले गेले असते तर त्याच्या उद्दिष्टांना गती मिळू शकली असती. जर पी. सी. एक्स. ने वर्षाच्या पहिल्या

सहामाहीत आठ नवीन ग्राहक मिळवले असते तर ते आपोआप आपले लक्ष्य उच्च पातळीवर वाढवू शकले असते.

संघाला उद्दिष्ट निश्चित करण्याच्या प्रक्रियेत खरेदी बिंदूवर आणा

अलीकडेच ध्येय निर्धारण सेमिनारमधील एका सहभागीने तक्रार केली: 'मला मोठ्या चित्राची संकल्पना लोकांना विकत घेण्यास भाग पाडणे कठीण वाटते.' ते त्यांच्या वैयक्तिक कामात इतके व्यस्त आहेत की त्यांना त्यांच्या स्वतःच्या समस्या पलिकडे काही पाहू शकत नाही. आपण अशा समस्योतून कसे बाहेर पडू शकतो.

* नियोजन प्रक्रियेच्या सुरूवातीच्या टप्प्यात विभागातील किंवा आपल्या प्रकल्प कार्यसंघातील प्रत्येकाला सामील करून घ्या.
* एकूण योजनेच्या मुख्य मुद्यांवर चर्चा करा.
* प्रत्येक व्यक्तीला याचे वर्णन करण्यास सांगा की तो मोठ्या विस्ताराच्या योजनेत योग्य ठिकाणी कसा काम करील.
* प्रत्येकाला प्रकल्पाच्या प्रत्येक टप्प्यावर टिप्पणी करण्याची संधी द्या.

दीर्घकालीन उद्दिष्टाचे लहान तुकड्यांमध्ये विभाजन केल्याने लोक ज्यांच्याशी संबंधित असतील त्यांना प्रकल्पातील त्यांची भूमिका इतर भागांशी कशी जुळते हे पाहण्यास मदत होऊ शकते. त्यानंतर ते दीर्घकालीन कार्यसंघ किंवा प्रकल्पाची उद्दिष्टे कशी निश्चित करायची हे देखील पाहू शकतात.

प्रत्येक कार्यसंघ सदस्याच्या ध्येयांशी पूर्णपणे परिचित व्हा. जर त्यांची उद्दिष्टे कंपनी विभागाच्या किंवा प्रकल्प गटाच्या उद्दिष्टांशी सुसंगत नसतील, तर त्यांना दाखवा की त्यांच्या क्षमतांचा वापर करून संघाची उद्दिष्टे पूर्ण केल्याने त्यांच्या स्वतःच्या अपेक्षा पूर्ण होण्याची शक्यता वाढेल.

नियोजन प्रक्रिया

प्रत्येक प्रोजेक्ट किंवा असाइनमेंटसाठी टीम प्लॅन तयार करण्यात संपूर्ण टीमचा सहभाग असावा. पर्यवेक्षक किंवा संघ नेते म्हणून, आपण समन्वय साधला पाहिजे आणि प्रक्रियेचे नेतृत्व केले पाहिजे. नियोजनाच्या विशिष्ट बाबी त्यांच्याबद्दल सर्वात जाणकार असलेल्या सहकाऱ्याकडे सोपवा, प्रक्रियेत समन्वय साधा आणि असे निर्णय घ्या. ज्याचा संपूर्ण प्रकल्पावर लक्षणीय परिणाम होईल.

नियोजन हे संस्थेच्या उद्दिष्टांशी जोडलेले असावे. जोपर्यंत या उद्दिष्टांचे समर्थन होत नाही, तोपर्यंत नियोजन अव्यवस्थित होईल. एकदा उद्दिष्टे स्पष्टपणे परिभाषित केल्यानंतर, नियोजकाने योजना हाताळल्या जाणाऱ्या समस्या ओळखल्या पाहिजेत. हे करण्यासाठी पातळ्यांचे पालन केले पाहिजे:

समस्या स्पष्ट करा. हे निश्चित करा की योजना तयार करणाऱ्या प्रत्येक व्यक्तीने समस्या समजून घेतली पाहिजे. उदाहरणार्थ, जर एकूण योजनेचे उद्दिष्ट विक्री वाढवणे असेल आणि एक सहभागी ही परिस्थितीचे कारण असे समजतो की चांगल्या विक्री तंत्रात समस्या आहे, तर दुसऱ्याला ती किंमत वाढीची समस्या वाटते. यामुळे कोणतेही उत्तर मिळू शकत नाही. सर्व नियोजकांना परिस्थिती स्पष्टपणे समजेली आहे याची खात्री करण्यासाठी हे प्रश्न विचारा.

का जायला हवे ? काय या अकार्यक्षमतेला दुरूस्त करायचे आहे ? आपत्कालीन परिस्थितीसाठी तयारी करीत आहात ? एखादी पद्धत बदलत आहात ? किंवा विशिष्ट समस्या ?

हे का केले पाहिजे जर ते केले नाही तर काय होईल ? हे काम वर्तमान समस्या सोडवण्यासाठी की भविष्याची तयारी करण्यासाठी आवश्यक आहे ? या कृतीचा कंपनीच्या उद्दिष्टांवर कसा परिणाम होईल ?

हे केव्हा केले पाहिजे ? तात्काळ आणीबाणी आहे का ? नसल्यास, हे साध्य करण्यासाठी कोणते वेळापत्रक ठरवले केले पाहिजे ?

ते कुठे असेल ? नियोजन आणि त्याच्या अंमलबजावणीसाठी सुविधा उपलब्ध आहेत का ?

नियोजनाचे काम कोणाकडे सोपवले जाईल ? ते एखाद्या विशिष्ट रोजगार गटाला किंवा सध्याच्या कामकाजात सहभागी असलेल्या आणि त्याची अंमलबजावणी करण्यासाठी जबाबदार असलेल्या कर्मचारी सदस्यांना नियुक्त केले जाईल ?

हे कसे केले जाईल ? योजना आखून मग त्याची अंमलबजावणी कशी होणार?

एस.ओ.पी.: कंपनीचे बाईबल

नियोजनाचा एक विशेष प्रकार असतो, जो बऱ्याचदा वापरला जातो. यालाच मानांक पद्धत म्हणतात. अर्थात स्टँडर्ड ऑपरेटिंग प्रोसिजर्स (एस.ओ.पी.)

स्थापना, ज्याला अनेकदा स्टँडर्ड प्रोसिजर्स (एस.पी.) म्हटल्या जाते. ज्यात संस्थेच्या योजना आणि धोरणे तपशीलवार मांडली जातात. असे असले तरी पुरोगामी संघटना सामान्यतः त्यांचे (एस.ओ.पी.) ला अशा प्रकरणइतकेच मर्यादित ठेवतात, जसे की कर्मचाऱ्यासंबंधी धोरणं, सुरक्षा मापदंड आदी, परंतु अनेक कंपन्या तर त्यांच्या 'बायबल' मध्ये विशिष्ट नोकरी पद्धती आणि कार्यपद्धतीला सहभागी करून घेतात किंवा त्यांना सोबतच्या 'सूचना पुस्तिका' मध्ये प्रकाशित करात. सामान्य क्रियाकलापांसाठी धोरणे आणि कार्यपद्धती प्रदान केल्याने प्रत्येक वेळी ते समोर आल्यावर त्यांची नवीन योजना करण्याची गरज नाहीशी होते. कारण एस.ओ. पी. असे निकष ठरवते, ज्याचे पालन प्रत्येकाला करावे लागते. म्हणून 'सूचना पुस्तिका' नुसार काम करणारे काम करणारे सर्व कर्मचारी कोणत्याही वेळी त्याचे अवलोकन करू शकतात. त्यामुळे विशेष परिस्थितीतून बोहर पडण्यासाठी एकरूपता उपयोगी पडते.

जर तुम्हाला एस.ओ.पी. विकसित करायचा असेल, तर त्यांना साधे ठेवा. एस.ओ.पी अनेकदा जटील असे बनतात. कारण की व्यवस्थापकाने कोणत्याही परिस्थितीत आपत्कालीन परिस्थितीला सहभागी करून घेतलेल असते. असे नाही केल्या जाऊ शकत. व्यवस्थापकांना अनेकदा अज्ञात घटकांवर आधारित निर्णय घ्यावे लागतात. एस.ओ.पी.मध्ये सामान्य समस्यांचा तपशीलवार समावेश केला पाहिजे, परंतु जेव्हा जेव्हा परिस्थिती आवश्यक असेल तेव्हा व्यवस्थापकांसाठी (किंवा व्यवस्थापक नसलेल्या कर्मचाऱ्यांसाठी, योग्य असल्यास) त्वरित निर्णय घेण्यासाठी जागा सोडा.

एस.ओ.पी. लवचिक देखील असणे आवश्यक आहे. एस.ओ.पी. इतके कठीण बनवू नका की जेव्हा परिस्थिती बदलते तेव्हा ती बदलता येणार नाही. नवीन तंत्रज्ञान, स्पर्धा, सरकारी धोरणे किंवा अधिक कार्यक्षम पद्धतींचा परिचय यामुळे योजना कठोर होऊ शकतात. एस.ओ.पी. मध्ये वेळोवेळी पुनरावलोकन आणि समायोजनाचे धोरण बनवा.

लक्षात ठेवा की सर्व योजना एस.ओ.पी. नसतात. योजनांना विशिष्ट उद्देशांसाठी विकसित केल्या जाते. काहीवेळा तर केवळ एकदाच उपयोगात आणण्यासाठी आणि काहीवेळा काही महिने किंवा वर्षे लागू शकतात अशा प्रकल्पांसाठी.

निकष कार्यपद्धती म्हणजे नियोजनाचा एक प्रकार आहे. नमूद केल्याप्रमाणे, हे सर्वोत्तम आहे की एस.ओ.पी. मध्ये केवळ व्यापक धोरणात्मक मुद्यांचा समावेश असावा, जेणेकरून नवीन प्रकल्प तयार केले जातील तेव्हा त्यांच्यासाठी विशिष्ट योजना तयार केल्या जातील.

यशस्वी एस.ओ.पी. साठी मार्गदर्शिकाः

* प्रत्येक सहभागीकडून कोणती कार्ये अपेक्षित आहेत हे स्पष्टपणे सांगा.
* विचलनास कुठे परवानगी दिली जाऊ शकते आणि कधी नाही ते सांगा.
* एस.ओ.पी.ला अंतिम ठरविण्यापुर्वी करण्यापूर्वी ते तपासा.

जबाबदारी ठरविण्यातले अडथळे

आपल्या योजना कितीही चांगल्या असल्या तरी, सहकारी किंवा इतर व्यवस्थापकांकडून आव्हाने येण्याची शक्यता असते.

आपले निकाल आणि आपल्या कार्यसंघाचे निकाल यावर अवलंबून आहेत. या परिस्थितींना कसे सामोरे जावे. योग्य ठिकाणी, योग्य वेळी आणि योग्य मार्गांनी निष्पक्षता, सातत्य आणि सामर्थ्य आवश्यक आहे. त्याशिवाय प्रत्येकाचे मनोबल कमी होऊ शकते, उत्पादकता, ग्राहक निष्ठा आणि कर्मचाऱ्यांची निष्ठा यावर परिणाम होऊ शकतो, हे सर्व आजच्या अत्यंत स्पर्धात्मक कार्यबलामध्ये आवश्यक आहे. त्यास सामोरे जाण्यासाठी येथे काही सूचना आहेत.

१. याची खात्री करा की सर्व उद्दिष्टे आणि साध्य स्पष्ट आहेत आणि सहभागी असलेल्या प्रत्येकाला कळवलेली आहेत आणि ते त्यांना केवळ समजलेच नाही तर त्यांनी ते स्वीकारले देखील आहे.
२. प्रात्यक्षिकाची उद्दिष्टे स्पष्टपणे सांगितली पाहिजेत. हे कसे करता येईल याची चर्चा पाचव्या अध्यायात केली आहे.
३. गंभीर समस्यांमुळे प्रकल्पाची रचना बदलल्याशिवाय उद्दिष्टे आणि निकष बदलू नयेत.
४. सर्व सहभागी उद्दिष्टे आणि निकषांशी सहमत आहेत आणि जोडल्या गेल्याची खात्री करा.

५. उपलब्धी मोजण्याचे, निरीक्षण करण्याचे आणि संवाद करण्याचे टप्पे आणि मार्ग निश्चित केले जातात.

६. परिणाम साध्य करून अडथळे दूर करण्यासाठी सहकाऱ्यांना योग्य प्रश्न विचारण्यास प्रोत्साहित करा.

७. एक वेळापत्रक बनवा आणि त्याचे पालन

८. प्रशिक्षण द्या आणि अभिप्राय तंत्र प्रदान करा.

९. प्रकल्पातील सहभागींमध्ये प्रेरणा आणि थकवा याचा अभाव नसल्याची जाणीव ठेवा आणि त्यावर मात करण्यासाठी पावले उचला.

१०. उद्दिष्टे साध्य करण्यासाठी संबंधित बक्षीस यंत्रणा स्थापित करा.

प्रकरण - ५
बैठकांना अर्थपूर्ण बनवा

बैठक प्रभावी संवादाचे असे एक तंत्र आहे, ज्याचा सातत्याने वापर केला जातो. यामुळे समूहासोबत ताळमेळ बसतो. पण बैठकां व्यवस्थित आयोजित केल्या गेल्या नाहीत, तर त्यातही बराच वेळ वाया जाऊ शकतो.

बहुतेक कंपन्या आणि संस्थांमध्ये समित्यांना बरीच कामं काम दिल्या जातात. जुनी गंमत म्हणजे उंट हा एका समितीने बनवलेला घोडा असतो, जरी समित्या खूप दिवसांपासून असल्या, त्यांची प्रतिमा अशी आहे की त्या खरोखरच उपयोगाच्या नाहीत. जुन्या म्हणींमध्ये अनेकदा परस्परविरोधी संदेश दडलेले असतात. समित्यांच्या बाबतीत हे खरे आहे की, 'अनेक स्वयंपाकी भाजी खराब करतात?' किंवा 'एकापेक्षा दोघांचे विचार बरे' आपण ज्या समित्यांमध्ये काम करतो, त्या समित्यांमधून उद्दिष्ट साध्य करण्यासाठी काय करता येईल ते पाहूया.

स्पष्ट आणि समजण्याजोगे उद्दिष्टे निर्माण करणे: लिओनार्ड बी. यांना इतर तीन अधिकाऱ्यांचा समावेश असलेल्या समितीचे अध्यक्ष म्हणून नियुक्त करण्यात आले. समितीला शाखा गोदामासाठी योग्य जागा शोधावी लागली. स्पष्ट ध्येय आणि वेळापत्रक ठरवण्यासाठी त्यांनी बैठक बोलावली. आपल्या सहकाऱ्यांना हे आदेश देण्याऐवजी त्यांनी एक सहभागी नियोजन सत्र आयोजित केले. प्रत्येक सदस्याने कल्पनांचे योगदान दिले आणि त्यांनी एकत्रितपणे कृती योजना तयार केली. समितीचा प्रत्येक सदस्य नियोजनात गुंतलेला असल्याने प्रत्येकाला केवळ ध्येयच स्पष्ट नव्हते तर संपूर्ण गटही ते साध्य करण्यासाठी समर्पित होता.

समितीच्या प्रत्येक सदस्याला एक विशिष्ट काम दिले पाहिजे. अध्यक्षानी प्रत्येक सदस्याची ताकद आणि कौशल्याची क्षेत्रे शोधून काढावीत आणि काम सोपवताना ते लक्षात ठेवावे. त्यांनी काही काळ एकत्र काम केल्यामुळे समितीच्या प्रत्येक सदस्याशी ओळख होण्याचा फायदा लिओनार्डला झाला. यामुळे लिओनार्डला प्रत्येकाला अर्थपूर्ण काम सोपवण्याची परवानगी मिळाली जिथे तो सर्वात प्रभावीपणे योगदान देऊ शकेल.

तथापि, जर तुम्ही अशा समितीचे अध्यक्ष झालात जिथे काही किंवा सर्व सदस्य जवळजवळ अनोळखी असतील, तर त्यांच्यापैकी प्रत्येकाबद्दल शक्य तितक्या लवकर माहिती गोळा करा. वर्गातील क्रियाकलापांमध्ये पालकांचा सहभाग वाढवण्याच्या नियोजनासाठी अभ्यास करण्यासाठी आणि शिफारशी करण्यासाठी कॅरोलला पीटीए समितीचे अध्यक्ष म्हणून नियुक्त करण्यात आले. बहुतेक सभासदांशी त्यांची फक्त थोडक्यात ओळख होती. ते सर्वोत्कृष्ट कुठे काम करू शकतात हे शोधण्यासाठी पुढील काही आठवडे त्यांच्यापैकी प्रत्येकाला एकट्याने भेटण्याचे त्यांनी ध्येय ठेवले. त्याचा परिणाम असा झाला की दुसऱ्या बैठकीत त्यांनी समंजस नियुक्त्या केल्या. याशिवाय, या वैयक्तिक चर्चांमुळे अनेक सदस्यांना प्रकल्पाच्या महत्त्वाच्या बाबींसाठी स्वयंसेवा करण्यास प्रोत्साहित केले.

काम सोपवल्यानंतर, समितीच्या प्रत्येक सदस्याला त्यांच्या कामाचे नियोजन आणि वेळापत्रक करण्यास सांगा. ते लिखित स्वरूपात असावे आणि पुढील सभेत अध्यक्षासमोर मांडावे. योजनेवर काम केले जात आहे आणि वेळापत्रक पाळले जात आहे, याची खात्री करण्यासाठी एक पाठपुरावा तपासणी यंत्रणा ठेवली पाहिजे.

लिओनार्डच्या समितीचे लक्ष्य एक जागा शोधणे आणि इमारत तीन महिन्यांत भाडेतत्त्वावर देण्याची व्यवस्था करणे हे होते. त्यामुळे प्रत्येक सदस्याने पहिल्या सभेच्या दोन आठवड्याच्या आत कृती आराखडा तयार केला पाहिजे. दुसरी बैठक त्यानंतर प्रत्येक सदस्याशी दोन आठवड्याच्या कालावधीत चर्चा झाली आणि तिसरी बैठक दुसऱ्या महिन्याच्या सुरूवातीला घेण्यात आली.

कॅरोलचा प्रकल्प बराच मोठा होता. त्याच्या समिताकडे सहा महिने अंतिम मुदत होती. कॅरोलच्या गटात नऊ लोकांचा समावेश होता, म्हणून त्याने प्रकल्पाच्या तीन मुख्य भागांसाठी तीन उपसमिती तयार केल्या आणि संपूर्ण

समितीसाठी मासिक बैठका निश्चित केल्या, प्रत्येक उपसमितीला पहिल्या आणि दुसऱ्या महिन्यात एकदा भेटण्याची व्यवस्था केली. ते त्यांची मते आणि कामगिरी नोंदवू शकतात आणि शेअर करू शकतात.

मतभेद सोडवणे: जेव्हा एखाद्या प्रकल्पावर अनेक लोक काम करत असतात तेव्हा मतभेद होण्याची शक्यता असते. त्यांची सोडवणूक करणे ही अध्यक्षांची जबाबदारी आहे. कॅरोलने उपसमितीच्या पहिल्या बैठकीत हे हाताळले. दोन सदस्य कृती आराखड्याच्या बाजूने होते, परंतु तिसऱ्या सदस्याने त्यास कडाडून विरोध केला, तार्किकदृष्ट्या ती योजना राबवण्यासाठी दोन-एक बहुमत वापरणे शक्य झाले असते, परंतु कॅरोलला माहित होते की योजना यशस्वी करण्यासाठी ती आवश्यक आहे. यासाठी तिसऱ्या सदस्याचे पूर्ण सहकार्य आवश्यक होते. त्यांनी विरोध करणाऱ्या व्यक्तीला विरोधाचे कारण विचारले आणि लक्षपूर्वक ऐकले. त्याने इतरांना या आक्षेपांबद्दल विचार करण्यास प्रोत्साहित केले आणि ते एकत्रितपणे एकमत झाले. मग त्याने एक योजना आखली ज्यामध्ये ते सर्व एकनिष्ठ होते. मतभेदांना कसे सामोरे जावे याबद्दल काही टिपा या प्रकरणात नंतर दिल्या जातील.

समिती अहवाल: सदस्य किंवा उपसमितीने नेमून दिलेले काम पूर्ण केल्यावर, परिणाम संपूर्ण समितीसमोर सादर केले जातात. यावर चर्चा केली जाते आणि अंतिम निर्णय किंवा शिफारसी केल्या जातात. साधारणपणे, समिती ज्या व्यक्तींना किंवा ज्या व्यक्तींना जबाबदार आहे, त्यांच्यासमोर सादरीकरणासाठी संपूर्ण अहवाल तयार करणे आवश्यक आहे. बहुतांश समित्यांचे काम येथेच संपते. तथापि, अनेक प्रकरणांमध्ये समितीवर त्यांच्या कृती आराखड्याची अंमलबजावणी करण्याची जबाबदारी देखील सोपविली जाऊ शकते.

कॅरोलची समिती पीटीए बोर्डाला सविस्तर अहवाल सादर करणार होती. त्यांच्या प्रत्येक उपसमितीने या प्रकरणाचे वेगवेगळे पैलू तपासले असल्याने त्यांनी प्रत्येकाकडून लेखी अहवाल मागवला होता. संपूर्ण समितीने त्यांच्याशी चर्चा करून निर्णय घेतला तेव्हा उपसमितीने या निर्णयांचा समावेश करण्यासाठी कॅरोलने त्याचा अहवाल पुन्हा तयार केला. कॅरोलने समितीच्या अहवालाचा मसुदा तयार करण्यासाठी एका सदस्याची नियुक्ती केली, ज्याचे काळजीपूर्वक पुनरावलोकन, संपादन आणि प्रतिलिपी समितीच्या प्रत्येक सदस्याला पाठवण्यात

आल्या. समितीच्या गेल्या बैठकीत या अहवालाला मंजुरी देण्यात आली. लिओनार्डच्या समितीने थोड्या वेगळया पद्धतीने काम केले; प्रत्येक सदस्याला कामाचे वेगळे पैलू नियुक्त केले गेले. एका सदस्याने वाहतुकीच्या स्वरूपाचा अभ्यास केला; दुसऱ्याने खर्चाचे घटक आणि तिसरे समुदायाच्या इष्टतेचा विचार केला. एकदा हे कौशल्य प्राप्त झाल्यानंतर, संपूर्ण समस्येवर चर्चा करण्यासाठी अनेक बैठका घेण्यात आल्या. त्यानंतर अंतिम शिफारस आणि अहवाल तयार करण्यात आला. सर्व सदस्यांनी अहवालासाठी योगदान दिले आणि त्यास सभापतींनी अंतिम रूप दिले. पण त्याचे काम इथेच संपले नाही. अंतिम अहवाल सादर केल्यानंतर, लिओनार्डला त्याच्या अधिकाऱ्यांना भेटायचे होते, त्यांच्या प्रश्नांची उत्तरे द्यायची होती आणि काही शिफारशींच्या बाजूने युक्तिवाद करायचे होते. समितीने तोंडी सादरीकरणाचे नियोजन केले आणि विचारले जाणारे प्रश्न किंवा हरकतींचीही दखल घेतली. परिणामी, लिओनार्ड संपूर्ण सादरीकरण देण्यासाठी, प्रश्नांची उत्तरे देण्यासाठी आणि आक्षेपांना खोटे ठरवण्यासाठी सज्ज झाला होता.

समितीच्या यशस्वी कामकाजासाठी काळजीपूर्वक नियोजन आवश्यक आहे. यामध्ये लोकांना कामाचा एक पैलू नियुक्त करणे समाविष्ट आहे ज्यामध्ये ते सक्षम आहेत. सर्व सदस्यांनी सहभागी व्हावे. नेमून दिलेले काम पूर्ण करा. सर्व काही योजनेनुसार होते याची खात्री करण्यासाठी याचे निरीक्षण केले पाहिजे आणि तपासले पाहिजे. जेव्हा तुम्ही प्रत्येक सदस्याचा नियोजनाच्या टप्प्यातूनच समावेश कराल तेव्हा गटाचे काम सुरळीतपणे चालेल आणि समितीचा उद्देश प्रभावीपणे पूर्ण होईल.

समित्याकडून काम करून घेणे: आपण अनेकदा समिती सदस्यांना तक्रार करताना ऐकले असेलः 'किती मोठा वेळ वाया जातो. जर मी शेवटचा तास माझ्या डेस्कवर घालवला असता, तर मी आणखी किती अधिक काम करू शकलो असतो ! नुकत्याच झालेल्या एका सर्वेक्षणात, मुलाखत घेतलेल्या ७० टक्के लोकांना असे वाटले की ते ज्या मीटिंगमध्ये गेले होते, तिथे त्यांचा वेळ वाया गेला होता.

पण आशा सोडू नका. मीटिंग उपयुक्त ठरू शकतात. चला मीटिंग्ज अधिक कार्यक्षमतेने आयोजित करण्याचे काही मार्ग पाहूया.

सभासदांची संख्या मर्यादित ठेवाः फक्त इच्छित सहभागींना आमंत्रित करा. काही व्यवस्थापक नियमित कर्मचारी बैठका घेतात-कधी साप्ताहिक, काहीवेळा दररोज. असे बरेच कर्मचारी आहेत ज्यांना संभाषण चालू आहे याची काळजी नाही. जे मीटिंगमध्ये योगदान देऊ शकतात किंवा होणाऱ्या चर्चेने प्रभावीत होऊ शकतात, फक्त त्यांनाच आमंत्रित केले पाहिजे. अशा प्रकारे आपण इतरांचा वेळ वाया घालवणार नाही आणि मीटिंगचा कालावधी कमी करू शकतो.

ज्यांना सहसा मीटिंगमध्ये आमंत्रित केले जाते, त्यांना आमंत्रित नाही केल्यावर ते याबद्दल काळजी करू शकतात. 'मला का नाही मीटिंगला बोलावले ?' बॉस मला छुपा संदेश देत आहे का ? मी उत्तीर्ण होण्याच्या मार्गावर आहे का? अशा तक्रारीचे निराकरण करण्यासाठी, प्रत्येकाला नवीन धोरणाची आगाऊ माहिती द्या. असे का करण्यात आले, हे पण सांगा.

अजेंडा तयार करा-आणि त्यावर केंद्रित रहा

अजेंडा ही मीटिंगच्या यश किंवा अपयशाची गुरुकिल्ली आहे. अजेंडा काळजीपूर्वक तयार करा. चर्चा होणार असलेल्या सर्व मुद्यांचा त्यात समावेश करा. केवळ कोणत्या विषयांवर चर्चा केली जाईल हे आधीच ठरवू नका, तर कोणत्या क्रमाने केल्या जाईल हे पण सांगा. बैठक अधिक सुरळीत चालेल.

बैठकीत विषयांचा क्रम ठरवताना एक गोष्ट लक्षात ठेवा. सुरुवातीला अधिक क्लिष्ट विषय सुरूवातीला ठेवा. सभेला येताना लोकांचे मन अधिक लक्षपूर्वक आणि स्पष्ट असते, त्यामुळे ते सुरूवातीला सखोल समस्यांबद्दल विचार करू शकतात. जर महत्त्वाच्या समस्या नंतर सोडल्या गेल्या असतील तर सहभागींनी कमी लक्ष देण्याची शक्यता असते. शिवाय, पूर्वीच्या चर्चेतून त्यांचे लक्षही विचलित होऊ शकते.

बैठकीच्या किमान तीन दिवस आधी सर्व सहभागींना अजेंडा पाठवा. यामुळे त्यांना चर्चा केलेल्या विषयांचा अभ्यास करण्याची आणि त्यांच्या योगदानाची तयारी करण्याची संधी मिळेल.

अजेंड्यावर ठामपणे लक्ष केंद्रित करा. जे विषय अजेंड्यावर नाहीत, ते विषय तातडीशिवाय चर्चेत येऊ नयेत. पुढील सभेच्या अजड्यावर ठेवण्याची सूचना करा.

प्रत्येकाला कार्यामध्ये सामील करा

सहभागींना अजेंड्याचा अभ्यास करण्यास आणि प्रत्येक मुद्यांवर चर्चेची तयारी करण्यास प्रोत्साहित केले पाहिजे. एखाद्या समस्येवर आकडेवारी दर्शविणे आवश्यक असल्यास, लोकांना समजणे सोपे करण्यासाठी मीटिंगमध्ये व्हिज्युअल (उदाहरणार्थ, तक्ते किंवा हँडआउट्स) वापरा. चर्चेला प्रोत्साहन द्या आणि असे वातावरण तयार करा, ज्यामध्ये लोक उपहास किंवा प्रतिशोधाच्या भीतीशिवाय असहमत होऊ शकतात.

'योग्य असल्यास, दर्शविलेल्या आकृत्या, फ्लो चार्ट किंवा इतर व्हिज्युअल्सच्या फोटोकॉपी प्रदान करा. मीटिंगमध्ये उपस्थित असलेल्या प्रत्येकाला एक प्रत द्या, हे सुनिश्चित करण्यासाठी की ज्या विषयांवर चर्चा होत आहे, त्यांना ते स्पष्टपणे समजले आहे. या प्रती कायमस्वरूपी देखील काम करू शकतात. त्या सामग्रीची स्मृती; आवश्यक असल्यास सहभागी नंतर त्यांचा संदर्भ घेऊ शकतात.

वेळेपूर्वी त्यांचे वितरण चांगले करा जेणेकरुन कार्यसंघ सदस्य त्यांचा अभ्यास करू शकतील. मीटिंगचा भर संपूर्णपणे नवीन संकल्पना स्पष्ट करण्यावर नसून, माहितीचे प्रात्यक्षिक आणि स्पष्टीकरण यावर केंद्रित असावा. किंवा गुंतागुंतीची सामग्री. मीटिंगचा नेता म्हणून, चर्चेला प्रेरणा देणारे प्रश्न विचारा. प्रश्न आणि मतभिन्नतेसाठी मन खुले ठेवा. आपल्या समस्यांवर बराच वेळ कुरकुर करण्यापेक्षा मीटिंगमध्ये लोकांशी वाद घालणे चांगले.

बैठकीत वर्चस्व गाजवू नका: गस जे. ला सभेच्या कार्यक्षम संचालनाचा खूप अभिमान वाटला. आपल्या सर्व लोकांनी चर्चेला हातभार लावला अशी तो फुशारकी मारत असे. तथापि, त्यांच्या कर्मचाऱ्यांचे त्या बैठकींबद्दल पूर्णपणे भिन्न मत होते. गुस आपल्याला काय करायचे आहे ते सांगतो, मग आपल्याकडे काही कल्पना आहेत असे विचारतो. आपल्यापैकी एखाद्याला काही सुचले की तो लगेच नाकारतो, कधी कधी सूचना देणारा सुद्धा देणाऱ्याची चेष्टा करतो. त्यामुळे सर्वसाधारणपणे आपण सगळेच सहमत असतो. यात कोणताही खरा सहभाग नसतो.

असभ्य लोकांवर नियंत्रण ठेवा:

ब्रॅड हा सभेवर वर्चस्व गाजवण्याचा प्रयत्न करणाऱ्यापैकी एक आहे.

त्याच्याकडे सांगण्यासाठी नेहमीच काहीना काही असते, सामान्यतः काहीही महत्त्वाचे नसते, अनेकदा वैयक्तिक चीड किंवा विचलित करणारी बाब.

मीटिंग ऑपरेटरला ब्रॅड आणि त्याच्यासारख्या इतरांना शांत ठेवण्यास मदत करण्यासाठी येथे काही टिपा आहेतः

* मीटिंगपूर्वी, ब्रॅडला बाजूला घ्या आणि म्हणा, 'मला माहित आहे की तुम्हाला योगदान द्यायला आवडते आणि मी याचा आदर करतो. परंतु आमच्याकडे आहे वेळेची कमतरता आणि इतर अनेकांना त्यांचे विचार मांडायचे आहेत. तेव्हा त्यांना बोलण्याची संधी देऊया. तुम्ही आणि मी या समस्येवर नंतर चर्चा करू शकतो.
* यानंतरही ब्रॅडने मीटिंगवर वर्चस्व गाजवलेच तर, त्याला श्वास घेईपर्यंत शांत बसा, कधीतरी घेईलच तो. मग लगेच म्हणा, धन्यवाद ब्रॅड, आता स्यूला काय म्हणायचे आहे ते आपण ऐकू.
* घोषित करा की प्रत्येक वक्ता आपले भाषण फक्त तीन मिनिटांत पूर्ण करील. इतर वक्त्यांसोबत लवचिक रहा, परंतु ब्रॅड सारख्या शाब्दिक लोकांशी कठोर व्हा.

स्पष्टपणे समाप्त करा: जेव्हा अजेंडावरील सर्व विषयांवर चर्चा केली जाते, तेव्हा नेत्याने बैठकीच्या शेवटी घेतलेल्या निर्णयांचा सारांश द्यावा. जर मीटिंग दरम्यान कार्यसंघ सदस्यांना कार्ये नियुक्त केली गेली असतील, तर त्यांना काय करावे लागेल आणि किती काळ करावे लागेल असे त्यांना समजावून सांगा. हे नेते आणि इतरांना अभिप्राय देईल.

वर्णन लिहाः वर्णन लिहा किंवा एखाद्या सहभागीला कार्यवाही लिहिण्याचे काम सोपवा, जेणेकरून बैठकीत कोणते निर्णय घेण्यात आले याबद्दल कोणताही गैरसमज होणार नाही. संपूर्ण चर्चेचा तपशीलवार अहवाल लिहिण्याची गरज नाही. प्रत्येक मुद्यांवर घेतलेल्या निर्णयांचा फक्त सारांश लिहा. बैठकीनंतर, तपशिलांच्या प्रती केवळ सहभागी असलेल्यांनाच नव्हे तर ज्यांना निकाली काढल्याचा परिणाम होऊ शकतो त्यांनाही वितरित करा. हा तपशील सहभागींना कोणते निर्णय घेण्यात आले हे लक्षात ठेवण्यास मदत करेल. यामुळे बैठकीत सहभागी न झालेल्यांची माहिती मिळेल.

स्वयंसेवी संस्थांच्या बैठका

व्यवसाय बैठकांचे नियमन करणारे नियम स्वयंसेवी संस्थांच्या बोर्ड बैठकींना देखील लागू होतात, जसे की धार्मिक गट, समुदाय संस्था, सामाजिक क्लब आणि तत्सम संस्था. कधीकधी या बैठका अधिक औपचारिक पद्धतीने आयोजित केल्या जातात.

या बैठकांची सामान्य पद्धत म्हणजे सुरूवातीला मागील सभेची कार्यवाही वाचणे आणि आवश्यक असल्यास त्या दुरूस्त करणे. यानंतर अनेक उपसमित्यांचे अध्यक्ष अहवाल सादर करतात, त्यानंतर जुन्या कामांवर चर्चा होते, त्यानंतर नव्या कामाची पाळी येते. अहवाल आणि 'जुन्या व्यवसाय' साठीच्या अजेंड्यामध्ये कोणतीही अडचण नाही, परंतु 'नवीन व्यवसाय' च्या दृष्टीने थोडे नियंत्रण आहे.

सँड्रा घरमालक संघटनेच्या बोर्ड बैठकीचे अध्यक्षस्थान करत होती. रात्रीचे ९ वाजले होते आणि तोपर्यंत फक्त जुन्या कामाचा भाग पूर्ण झाला होता. वेळ संपली होती आणि सँड्राला घरी पण काम होते, म्हणून जेव्हा तिने 'नवीन नोकरी' बद्दल बोलायला सुरूवात केली, तेव्हा ती अस्वस्थ होती आणि अशी आशा करीत होती की विषय मांडला जाणार नाही. परंतु तसे नाही झाले. बोर्डच्या सदस्याचा एक प्रिय प्रोजेक्ट होता, जो त्याला पुढे रेटायचा होता, म्हणून बैठक आणखी एक तास चालली.

या समस्येतून बोहर पडण्यासाठी नियम बदलण्याचा सल्ला द्या. नवीन कामाऐवेजी 'पुढील बैठीकीच्या सूचना' मागवा. याचा अर्थ असा की लोक त्यांचे विचार तर मांडतील, परंतु त्यावर काही चर्चा होणार नाही. यामुळे बैठक लवकर समाप्त होईल. अजेंड्यावर कायम राहून बैठकीवर नियंत्रण ठेवल्या जाऊ शकते. बाकीचे विषय तोपर्यंत टाळले जाऊ शकतात, जोपर्यंत त्यांचा समावेश अजेंड्यात असणार नाही.

प्रिय झाल्याशिवाय असहमत कसे होणार

एखाद्या बैठकीचे अध्यक्षस्थान स्वीकरणे म्हणजे आराम खुर्चीतले काम नसते. काही सहभागी तुमच्या मताशी असहमत होऊ शकतात आणि त्यांच्या मतावर अडून रहातात. या लोकांना कसे सरळ करायचे याचे काही सल्ले पुढे आहेत.

हे वास्तव स्वीकारा की तुमच्यासोबत असहमत होणारा व्यक्ती योग्य असू शकतो. तुम्हाला सगळं काही माहीत असू शकत नाही. हे समजून घेण्यासाठी प्रश्न विचारा की तो व्यक्ती का आणि काय बोलू इच्छित आहे. पूर्णपणे समजून घ्या आणि ओळखण्यासाठी ऐकून घ्या की त्या व्यक्तीला असे का वाटते. एखादा गैरसमज असेल, तर तो दूर करावा. होऊ शकते की तुमची कल्पना त्याला समजली नसावी. दुसरीकडे, होऊ शकतं की त्या व्यक्तीने काही असे सत्य सांगितलेले असावेत, ज्याबद्दल तुम्ही जागुत नसावेत आणि ज्यामुळे तुम्हाला तुमच्या तर्कांद्वारे पुन्हा त्याची तपासणी करावी लागणार आहे. बहुदा असहमतीचं कारण वास्तववादी नसतं, भावनात्मक असतं. होऊ शकतं की तो व्यक्ती एखाद्या खाजगी कारणाने आपल्या विचारावर नारात्मक प्रतिक्रिया देवू लागला आहे. पुराव्यच्या आधारावर तर्क करणे निरर्थक आहे. असहमतीच्या खऱ्या कारणांचा शोध लावण्याचा प्रयत्न करा आणि शक्य असेल तर त्यावर मात करा.

भांडण करू नका. 'तुला समजत नाही...' असे म्हणण्याऐवजी म्हणा, 'मला असे वाटते...' जेव्हा आपण समोरच्याला सहमत नसल्याबद्दल दोष देतो तेव्हा तो बचावात्मक बनतो. यामुळे वैमनस्य निर्माण होते, जे त्याला तुमची कल्पना स्वीकारण्यापासून रोखेल.

अप्रिय न होता असहमत कसे व्हावे, या बद्दल प्रकरण ६ मधील टिपणे पुन्हा वाचा.

स्व-मूल्यांकन

पुढील वेळी जेव्हा आपण मीटिंग घेऊ, तेव्हा खालील गोष्टी करा. तुम्ही चेकलिस्टमधून त्याच्या परिणामकारकतेचे पुनरावलोकन करू शकता:

मीटिंगपुर्वी :

१. आपण मीटिंगसाठी अजेंडा तयार केला आहे का ?
२. आपण बैठकीपूर्वी सहभागींना अजेंडा वितरीत केला का ?
३. आपण मीटिंगची सुरूवात आणि समाप्ताची वेळ ठरवली आहे का ?
४. आपण व्हिज्युअल किंवा हँडआउट्स तयार केले आहेत ?
५. आपण कार्यक्रमाचे काही भाग सहभागींना दिले आहेत का ?

६. मीटिंगची कार्यवाही लिहिण्यासाठी आपण एखाद्या सहभागीला नियुक्त केले आहे का ?

७. आपण सर्व आवश्यक उपकरणे आणि पुरवठ्याची व्यवस्था केली होती?

चॉक बोर्ड आणि खडू

फ्लिप चार्ट ईजल

फ्लिप चार्ट पॅड आणि मार्कर

संगणक आणि प्रोजेक्टर पॉवरपॉईंट

ओव्हरहेड प्रोजेक्टर

स्लाइड प्रोजक्टर

इतर

बैठकीदरम्यानः

१. काय आपण अजेंड्यावर केद्रिंत आहोत ?

२. आपण सर्व सहभागींना चर्चेत समाविष्ट केले आहे का ?

३. शाब्दिक आणि वर्चस्व गाजवणाऱ्या लोकांना आपण नियंत्रणात ठेवले आहे का ?

४. आपण कामाचे वितरण न्याय पद्धतीने केले का ?

५. सहभागींनी त्यांचे मत मांडल्यानंतर आपण आपले मत व्यक्त केले का ?

६. आपण सहभागींना प्रश्न विचारण्यासाठी प्रोत्साहित केले आहे ?

७. आपण इतर सहभागींना संघातील सहभागींच्या प्रश्नांची उत्तरे देण्यासाठी प्रोत्साहित केले ?

८. मीटिंगच्या शेवटी आम्ही मुख्य मुद्यांचा सार सांगितला आहे ?

९. मीटिंग संपवण्यापूर्वी आपण सहभागींना त्यांना नेमलेल्या कामांचे तपशील विचारले होते का?

१०. आपण प्रेरक विधानाने किंवा कृतीच्या आवाहनाने मीटिंग संपवली ?

बैठकीच्या नंतर :

१. आपण सर्व सहभागी आणि प्रभावित होऊ शकणाऱ्या इतरांसह मीटिंगची माहिती दिली आहे का ?

२. आपण सोपवलेल्या कामाची नंतर चौकशी केली आहे ?

३. आपल्याला मीटिंगबद्दल सहभागींकडून अभिप्राय मिळाला का? 'होय' ची जितकी जास्त उत्तरे, तितक्या प्रभावीपणे बैठक आयोजित केली गेली.

आपण उपस्थित असलेल्या मीटिंगचा जास्तीत जास्त फायदा घेणे आपण जेव्हा एखाद्या मीटिंगचे नेतृत्व करतो, तेव्हा ती किती चांगल्या पद्धतीने होते यावर आपले नियंत्रण असते, परंतु बहुतेक वेळा आपण नेते तर सहभागी असतो. मीटिंगच्या आधी, दरम्यान आणि नंतर सक्रिय पावले उचलून आपण प्रत्येक मीटिंगला एक मौल्यवान शिकण्याचा अनुभव बनवू शकतो. जेव्हा आपल्याला मीटिंगची सूचना मिळते, तेव्हा ती तुमच्या कॅलेंडरवर लिहायला विसरू नका. त्यासाठी तयारी करण्यात वेळ घालवणे हाच उत्तम मार्ग आहे.

मीटिंगपूर्वीः

* अजेंड्याचा अभ्यास करा. विषयांच्या सूचीचे पुनरावलोकन करा. जरी आपल्याला त्यांच्याबद्दल माहिती आहे, परंतु तरीही आपण त्यांच्याबद्दल नवीनतम माहिती असल्याची खात्री केली पाहिजे. आतापर्यंत काय केले गेले आहे हे पाहण्यासाठी आपल्या फायलींचे पुनरावलोकन करा. संबंधित असल्यास, तांत्रिक किंवा व्यावसायिक प्रकाशनांमध्ये त्या विषयावरील लेख वाचा.
* जर ते नवीन क्षेत्र किंवा एखादे क्षेत्र असेल ज्याशी आपण परिचित नाही, तर दिलेल्या सामग्रीचा काळजीपूर्वक अभ्यास करा. हा इतका महत्त्वाचा विषय आहे की त्यावर फक्त नजर टाकणे आणि सभेत तपशीलवार वर्णन मिळण्याची अपेक्षा करणे चुकीचे आहे.
* विषयांबद्दल आपल्या कोणत्याही टिप्पण्या, विचार किंवा प्रश्न असतील, ते लिहून घ्या.

मीटिंगमध्येः

* सहभागी व्हाः आपल्या मनात टिप्पण्या, विचार किंवा प्रश्न असल्यास, स्वतःला रोखू नका. चेतावणीः केवळ बोलण्याच्या हेतूने बोलणे योग्य नाही. तुमचा मुद्दा संक्षिप्त ठेवा.

* असहमतींशी वर मात कराः काही इतर सहभागी आपल्या दृष्टिकोनाशी असहमत असण्याची शक्यता आहे. त्याचे वाईट वाटून घेऊ नका. प्रतिक्रिया देताना वस्तुस्थितीवर लक्ष केंद्रित करा. हा वाद नाही, चर्चा आहे.
* एकमत निर्माण करण्यासाठी कार्य करा. जर मीटिंगचा उद्देश एखाद्या समस्येचे निराकरण करणे असेल तर निराकरणासाठी योगदान द्या. इतरांचे मत ऐका. ते आपल्या दृष्टिकोनापेक्षा चांगले असू शकते. समाधानकारक तोडगा काढण्यासाठी तडजोड करायला तयार असा.
* मीटिंगमध्ये वर्चस्व गाजवू नका. कधी कधी आपल्याला जे विचार व्यक्त करायचे असतात, तेंव्हा स्वतःला सावरणे कठीण असते. इतरांना बोलण्याची संधी द्या.
* घेतलेले मुख्य निर्णय लिहा. तुम्हाला काही नवीन माहिती मिळाली असेल तर तीही लिहा.
* जर मीटिंगच्या परिणामी सहभागींना कार्ये सोपवायची असतील तर, आपल्याला सर्वात आकर्षक वाटणारे काम करण्यासाठी स्वयंसेवक बना. जर आपण हे केले नाही, तर शेवटी आपल्याला एखादे काम मिळेल जे कदाचित तितकेसे मनोरंजक नसेल आणि कदाचित आपल्याला ते करण्यात जास्त आनंद मिळणार नाही.

मीटिंगनंतरः

तुम्ही काय लिहिले आहे याचे पुनरावलोकन करा. आवश्यक तेथे काम करा. आम्हाला एखादे कार्य नियुक्त केले असल्यास, नेत्याला काय हवे आहे आणि ते कधी करायचे आहे हे आपल्याला समजले आहे याची खात्री करण्यासाठी त्याच्याशी बोला.

जेव्हा आपण बाहेरच्या मीटिंगला जातोः तेव्हा बरेच लोक कंपनीच्या बाहेरच्या मीटिंगला उपस्थित राहतात. हे सेमिनार ट्रेड असोसिएशनच्या मीटिंग किंवा कॉन्फरन्स असू शकतात किंवा आपल्या कंपनीसाठी किंवा आपल्यासाठी स्वारस्य असलेल्या कल्पना किंवा प्रस्ताव असलेल्या संस्थांद्वारे प्रायोजित परिषद

असू शकतात. हे कंपनीच्या आत किंवा कंपनीच्या आवाराबाहेर आयोजित केले जाऊ शकतात.

आपण या मीटिंगला आपला वेळ आणि लक्ष देण्यास योग्य कसे बनवू शकतो यावरील काही टिपा येथे आहेत.

सभेची तयारी कराः बहुतेक परिषदांची घोषणा काही महिने आधीच केली जाते. वर नमूद केल्याप्रमाणे कंपनीच्या बैठकीप्रमाणे या बैठकीची तयारी करा. सहसा घोषणा अजेंडा सोबत असते. त्याचा नीट अभ्यास करा. कोणत्याही सूचीबद्ध विषयासाठी विशेष तयारी आवश्यक आहे का ? आपण अपरिचित विषय वाचू शकतो, आपल्याला समजून घेण्यात आणि चर्चेत योगदान देण्यासाठी मदत मिळावी. आपण त्या क्षेत्रात आपल्या कंपनीचा अनुभव दोनदा तपासू शकता, जेणेकरून आपण आपल्या कंपनीच्या समस्यांशी चर्चा जोडू शकू.

नवीन लोकांना भेटाः बैठकीत सहकाऱ्यांसोबत बसू नका. आपण त्यांच्यासोबत कधीही बोलू शकतो. जर सदस्यांनी टेबलवर बसायचे असेल, तर सभेच्या वेगवेगळ्या टप्प्यांवर बसलेल्या वेगवेगळ्या लोकांसोबत दुपारच्या किंवा रात्रीच्या जेवणाच्या लेक्चरमध्ये, आपल्याला वक्त्यांपेक्षा टेबलवरील आपल्या समवयस्कांकडून जास्त कल्पना येतात. या कार्यक्रमांमध्ये आपण भेटलेल्या लोकांची नावे आणि पत्ते लिहा. ते भविष्यात माहिती किंवा मार्गदर्शनाचे स्रोत असू शकतात.

जेव्हा बाहेरील वक्ता मीटिंगला संबोधित करतो, तेव्हा त्याचे नाव आणि पत्ता लिहा. अधिक माहितीसाठी आपल्याला नंतर त्यांच्याशी संपर्क साधावा लागेल.

खुली मानसिकता ठेवाः वक्त्याला जे काही म्हणायचे आहे, त्याचा जास्तीत जास्त फायदा घेण्यासाठी नवीन सूचनांकडे आपले मन मोकळे ठेवा. इतरांच्या सूचना आपण ज्याला सर्वोत्कृष्ट मानतो त्यापेक्षा भिन्न असू शकतात, परंतु जोपर्यंत आपण त्याचे पूर्णपणे ऐकत नाही आणि त्याचा वस्तुनिष्ठपणे विचार करत नाही, तोपर्यंत आपल्याला कसे कळणार ? प्रगती हा बदलाचा परिणाम आहे. याचा अर्थ असा नाही की सर्व नवीन कल्पना चांगल्या आहेत, परंतु त्या ऐकल्या पाहिजेत, त्यांचे मूल्यमापन केले पाहिजे आणि काळजीपूर्वक आणि वस्तुनिष्ठपणे विचार केला पाहिजे.

सहनशील व्हाः काहीवेळा आपण वक्ता लगेच नापसंत करतो. आपल्याला त्याचे रूप, कपडे, आवाज किंवा प्रादेशिक बोली आवडत नाही, म्हणून आपण त्याचे ऐकणे बंद करतो किंवा त्याचे शब्द नाकारतो. वक्त्याविरुद्धचा पूर्वग्रह श्रोत्यांना त्याचे म्हणणे ऐकण्यापासून किंवा त्याचे मत स्वीकारण्यास प्रतिबंधित करतो.

महत्वाच्या गोष्टी लिहाः महत्वाच्या गोष्टी लिहिण्याचे दोन मोठे फायदे आहेत. आपण मीटिंगमध्ये जे ऐकतो ते व्यवस्थित करायला मदत होते.

त्यामुळेच आपण अधिक पद्धतशीरपणे ऐकतो. तो भविष्यातील संदर्भाचा स्रोतही बनतो.

कागद जवळ बाळगाः

नोटबुकच्या या कागदावर मीटिंगमध्ये ऐकलेल्या रोमांचक कल्पनांची यादी करा. या अशा गोष्टी आहेत ज्या आपण कधीही विसरू इच्छित नाही.

प्रश्न विचाराः

जेव्हा तुम्हाला संधी मिळेल तेव्हा स्पीकरला विचारण्यास अजिबात संकोच करू नका. पण क्षुल्लक प्रश्नांनी मीटिंगचा वेळ वाया घालवू नका. प्रश्नापुर्वी लांबलचक प्रस्तावना टाळा. स्पष्ट असा. संक्षिप्त असा.

औपचारिक सादरीकरणादरम्यान वक्त्याला व्यत्यय आणणे योग्य नाही. आपल्या मनात कोणताही प्रश्न आला तर तो वहीच्या शेवटच्या पानावर लिहिण्याचा सल्ला दिला जातो. यामुळे आपण त्या प्रश्नांना विसरत नाही, जे आपण योग्य वेळी विचारणार असतो.

सक्रिय सहभागी व्हाः विचारांचे योगदान द्या. बऱ्याच सभांमध्ये, फक्त काही लोकच स्वेच्छेने कल्पना आणि माहितीचे योगदान देतात. इतर फक्त बसून ऐकतात. त्यांनी जास्त सहभाग का घेतला नाही असे विचारले असता, सहसा असे उत्तर ऐकू येतेः 'मी माझे विचार या लोकांशी का सांगावे? यापैकी काही माझे प्रतिस्पर्धी आहेत आणि मी माझ्या व्यवसायाची गुपिते उघड करणार नाही.'

आपल्या कंपनीला किंवा तिच्या स्पर्धात्मक स्थितीला हानी पोहोचेल असे काहीही बोलण्याची अपेक्षा कोणीही करत नाही, परंतु बहुतेक संभाषणे असे नसतात. त्यांचा उद्देश विचारांच्या देवाणघेवाणीला प्रोत्साहन देणे हा असतो. जे बहुतेक सहभागींसाठी मौल्यवान असते. 'एका कंपनीच्या अनुभवाचा इतर कंपन्यांना फायदा होतो. कल्पनांचे योगदान देऊन, आपण इतरांना अधिक समृद्ध अनुभव प्रदान करतो, ज्यामुळे अधिक समाधानकारक अनुभव मिळतो.

मीटिंगनंतरः मीटिंगमध्ये काय शिकलात याचा सारांश लिहा. जेव्हा मीटिंगची आठवण तुमच्या मनात ताजी असेल, तेव्हा लिखित वर्णनाचे पुनरावलोकन करा. ऑफिसला गेल्यावर लवकरात लवकर मिटिंगच्या संदर्भात एक रिपोर्ट लिहा आणि त्याला कायम फोल्डरमध्ये सुरक्षित ठेवा.

आपण जे काही शिकलो आहोत, ते सांगा. आपला बॉस किंवा कंपनीच्या इतर लोकांना मेमो किंवा संक्षिप्त रिपोर्ट पाठवा. त्यांना ती माहिती महत्त्वाची वाटू शकते. आपल्या सहकार्यासोबत या संदर्भात चर्चा करा. आपण जे शिकलो आहोत, ते सांगून आपण त्या मूल्यांमध्ये वाढ करू शकतो. कंपनीने आपल्याला बैठकीला पाठवल्यामुळे आपल्याला मिळाले आहे.

त्यावर अमल कराः आपण बैठकीत जे शिकले आहोत, त्यावर आपण काहीच करणार नसू तर हा वेळ आणि पैशाची बर्बादी आहे.

प्रकरण - ६
स्टाफला प्रेरित करा

जेव्हा आपले कर्मचारी कामावर येतात, तेव्हा आपण स्वतःला कधी विचारले आहे की, 'ते इथे येऊन आनंदी आहेत का ? किंवा ते इतर कोणासाठी तरी काम करण्यास तयार आहेत ?' आपण त्यांना देत असलेला पगार, ते किंवा आपली कंपनी देत असलेले फायदे त्यांना कामावर येण्यासाठी प्रेरित करते का ? हे महत्त्वाचे आहे, परंतु आज बहुतेक कंपन्या समाधानकारक पगार देतात आणि तुलनात्मक फायदेशीर पॅकेज देतात. ते यापेक्षा जास्त असावे. मानसशास्त्रज्ञ आपल्याला सांगतात की एखाद्या व्यक्तीच्या नोकरीशी नाते जोडण्यासाठी पाच मूलभूत प्रेरक घटक असतात.

माणूस म्हणून ओळख

आपल्यापैकी प्रत्येकजण आपल्यापेक्षा आणि समूहातील इतरांपेक्षा वेगळा असतो. प्रत्येकाला असे वाटत असते की आपण हा फरक ओळखावा आणि त्याच्यासोबत एका खास व्यक्तीप्रमाणे वागावे. कोणत्याही सामान्य, सरासरी प्रमाणानुसार व्यक्तीप्रमाणे नाही. पर्यवेक्षकांनी त्यांचे पर्यवेक्षण करणाऱ्या कर्मचाऱ्यांचे ऐकले पाहिजे आणि त्यांचे निरीक्षण केले पाहिजे आणि त्यांच्यात फरक करण्यास शिकले पाहिजे. त्यांची ताकद आणि मर्यादा जाणून घ्या, त्यांच्या आवडीनिवडी आणि नापसंत जाणून घ्या, ते कसे वागतात आणि प्रतिक्रिया देतात आणि आपण त्यांच्याशी त्यांच्या व्यक्तिमत्त्वासोबत कसे वागतो ते जाणून घ्या.

हा फरक लक्षात घेऊन आपण शिकतो की प्रत्येकाला त्यांच्या नोकरीबद्दल एखादी किंवा अनेक चिंता असतात. आपल्याला असे आढळले की जे अत्यंत सुरक्षिततेच्या बाबतीत जागरूक आहेत आणि ते अयशस्वी होऊ शकतात आणि

त्यांच्या नोकऱ्या धोक्यात येण्याच्या भीतीपोटी कोणताही धोका पत्करणार नाहीत. बॅटी खूप महत्वाकांक्षी आहे आणि तिला अतिशय लवकर शिखर गाठायचे आहे, पोहचू शकते हे देखील आपण पाहतो. आपल्या इतर कर्मचाऱ्यांपैकी, सॅम आणि लिल यांना सतत आश्वासनाची आवश्यकता असते, तर कॅरेन नेहमी नवीन धोरणे वापरत असते. हे वैयक्तिक फरक लक्षात घेऊन, आपण त्या प्रत्येकासह अधिक प्रभावीपणे काम करू शकू आणि त्यांचे व्यवस्थापक म्हणून त्यांना आपल्याकडून जे हवे आहे ते साध्य करण्यात त्यांना मदत होईल.

कामाचा अभिमान

पर्यवेक्षक किंवा व्यवस्थापक या पदावर पोहोचलेल्या बहुतेक लोकांना त्यांच्या कामाचा अभिमान असतो. त्यांनी सर्वसाधारणपणे पदोन्नती मिळवली आहे आणि त्यांच्या कामात लक्षणीय कामगिरी केली आहे. हे स्त्री-पुरुष कंपनीचे महत्त्वाचे अंग मानले जाते. जर आपण आपल्या सर्व कर्मचाऱ्यांमध्ये ही अभिमानाची भावना निर्माण केली तर ते उच्च मनोबल आणि समर्पणाला कारणीभूत ठरेल.

हे साध्य करण्यासाठी, प्रत्येक नवीन कर्मचाऱ्याला विभाग काय करतो आणि त्याचे कार्य कंपनीच्या एकूण क्रियाकलापांशी कसे संबंधित आहे, याबद्दल संपूर्ण मार्गदर्शन केले पाहिजे. करावयाचे विशिष्ट कार्य विभाग आणि कंपनीला त्यांचे ध्येय पूर्ण करण्यात कशी मदत करते हे देखील त्यांनी स्पष्ट केले पाहिजे.

जिथे योग्य असेल तिथे प्रशंसा आणि कौतूक करायला हवे. डेल कार्नेगीने आपल्या सर्वांना प्रोत्साहित केले होते की आपण आपल्या अनुमोदनामध्ये उदार असावं आणि कौतूकासाठी उदार व्हा' असे आवाहन केले. जेव्हा लोकांना हे कळते की त्यांच्या कार्याचे कौतूक केले जाते, तेव्हा अभिमानाची भावना विकसित होते आणि ती राखली जाते.

संबंधांची भावना

अनेक संस्था त्यांच्याद्वारे निर्माण केलेल्या सामायिक निष्ठा आणि गर्व यांचा अभिमान बाळगतात. यशस्वी सामूहिक क्रियाकलापांसाठी सांघिक भावना आवश्यक आहे. लोकांना असे वाटणे आवडते की ते स्वतः पेक्षा मोठे काहीतरी असलेल्याचा भाग आहेत. संघ, सामाजिक गट, लष्करी युनिट किंवा कंपनी या भावना थेट व्यक्तीच्या नोकरीच्या अभिमानातून येतात, परंतु ही फक्त सुरुवात

आहे. जेव्हा लोक त्यांच्या गटाशी नाते जोडतात, तेव्हा ते अधिक आनंदी, अधिक साह्यकारी आणि उत्पादक बनतात. खास करून एक यशस्वी आणि प्रभावी समूह.

नोकरी पूर्ण केल्यानंतर त्यांनी यू.एस.मॅरीन कोरमध्ये सेवा केल्याची बढाई मारतो. लोक अभिमानाने इतरांना सांगतात की ते सोनी, टोयोटा किंवा इतर नामांकित कंपन्यांमध्ये काम करतात.

आपण आपल्या लोकांमध्ये ही जोडणीची भावना कशी निर्माण करू शकतो ? चांगले व्यवस्थापक त्यांच्या कर्मचाऱ्यांसमोर स्पष्टपणे उद्दिष्टे ठेवून आणि ते उद्दिष्टे कशी पूर्ण करतील हे ठरवण्यात त्यांच्या लोकांना गुंतवून संघभावना निर्माण करतात. कर्मचाऱ्यांच्या कामावर परिणाम करणाऱ्या निर्णयांमध्ये त्यांचा समावेश केल्याने त्यांना विभागासाठी महत्त्वाची वाटते आणि त्यांचे समर्पण दृढ होते. जर ते कामाबद्दल उत्साही असतील तर त्यांना सर्वोत्तम कार्य करण्यास प्रवृत्त केले जाईल.

निष्पक्ष व्यवहार

धोरणे आणि पद्धती लागू करायला हव्यात. स्पष्टपणे कर्मचाऱ्यांना कळवल्या पाहिजेत आणि सातत्यपूर्ण पद्धतीने केल्या पाहिजेत. सिंडी आणि सँडी दोघांनाही विलंबाची समस्या आहे. बॉसला सिंडी आवडते, पण तिला सँडी आवडत नाही. बॉस विलंबासाठी सँडीवर शिस्तभंगाची कारवाई करतो, परंतु सिंडीला थोडासा फटकारून सोडतो. सँडी नाराज तर होईलच, पण विभागातील इतर कर्मचारी पक्षपाती म्हणून पाहतील. सारखे गुन्हे करणाऱ्यांनाही असेच निकाल मिळायला हवेत.

जेव्हा लोकांचा स्वार्थ धोक्यात येतो तेव्हा लोक तार्किक नव्हे तर भावनिक प्रतिक्रिया देतात. न्याय्य वागणुकीची ही इच्छा सर्व लोकांच्या भावनिक रचनेत खोलवर विणलेली आहे. पक्षपात मनोबल कमी करते. ती इतरांमध्ये सुरक्षेच्या भावनेला नष्ट करते. त्यांना असे वाटते की त्यांचे स्वतःचे प्रयत्न आणि महत्त्व ओळखले जात नाही.

विचार मांडण्याची संधी

बिली त्याच्या बॉसला कधी नाही विसरला. माझ्या विभागात उत्पादन

वाढवता येईल अशी एक चांगली कल्पना मला सुचली. मी उत्साहित होऊन बॉसला याबद्दल सांगायला गेलो. त्याने माझे ऐकूनही घेतले नाही. तो म्हणाला, 'तुला कामाचा मोबदला मिळतो, विचार करण्याचा नाही.' यामुळे मशीनवर परत जा आणि काम कर.' मी त्या नोकरीत असताना पुन्हा कोणताही विचार सांगितलानाही.

जी माणसं एखादं काम करतात, त्यांना त्या कामाची बरीच माहिती असते आणि ते बहुदा चांगला सल्ला देऊ शकतात. आपण स्वतःला मानतो त्यापेक्षा अधिक सर्जनशील असतो. आपल्या कर्मचाऱ्यांना सूचना करण्यासाठी प्रोत्साहित करण्याची आणि त्यातील प्रत्येकाला गांभीर्याने घेण्याची सवय लावली पाहिजे. जर सूचना स्वीकारली गेली नाही, तर त्याचे कारण स्पष्ट करा, परंतु त्याकडे कधीही दुर्लक्ष करू नका.

कर्मचाऱ्यांनी त्यांच्या वैयक्तिक प्रगतीबद्दल त्यांच्या व्यवस्थापकाशी मोकळेपणाने चर्चा केली पाहिजे. काही पर्यवेक्षक अनवधानाने स्वतःमध्ये आणि कर्मचाऱ्यांमध्ये अडथळा निर्माण करतात, जेणेकरून सहकार्यांना त्यांच्याकडे येण्यास सोयीचे वाटत नाही. आपल्याला कदाचित हे कळत नसेल, परंतु आपले कर्मचारी क्वचितच त्यांच्या समस्या घेऊन आपल्याकडे येत असतील तर याचा अर्थ त्यांना समस्या नाहीत असा होत नाही. अशी उच्च शक्यता आहे की कर्मचारी आपल्यासोबत समस्यांवर मोकळेपणाने चर्चा करीत नाहीत.

कर्मचाऱ्यांना काय चालते

कर्मचाऱ्यांना त्यांच्या नोकऱ्यांमध्ये हवे असलेल्या काही घटकांवर आणखी एक नजर टाकूया.

ओळख आणि प्रशंसा: वर नमूद केल्याप्रमाणे, ओळख एक मुख्य घटक आहे. सोसायटी फॉर ह्युमन रिसोर्स मॅनेजमेंटने ४०० कंपन्यांच्या गॅलप पोलवर आधारित अहवालात याची पुष्टी केली आहे. याने पुष्टी केली की कर्मचाऱ्याचे किंवा तिच्या बॉसशी असलेले नाते हे नोकरीच्या पगार किंवा फायद्यांपेक्षा अधिक जबाबदार आहे, ती नोकरी करत राहण्यासाठी. योग्य आणि मन वळवणारे नेतृत्व, ज्यामध्ये कोचिंग आणि मार्गदर्शनाचा समावेश असतो, ते कर्मचाऱ्यांना कंपनीमध्ये ठेवते. दुसऱ्या गॅलप सर्वेक्षणातून असे दिसून आले आहे की कर्मचाऱ्यांचे

समाधान आणि उत्पादकतेचे मुख्य सूचक हे कर्मचाऱ्यांचा विश्वास आहे की बॉस कर्मचाऱ्यांची काळजी घेतो आणि त्यावर विश्वास ठेवला जाऊ शकतो. काही लोक पैशापेक्षा प्रोत्साहनाने प्रेरित झाले असते. एम्प्लाई रिटेन्शन हेडक्वार्टरने केलेल्या अभ्यासात असे आढळून आले आहे की पैशापेक्षा कौतूक आणि प्रतिबद्धता अधिक महत्त्वाची आहे, जे कर्मचाऱ्यांना आनंदी ठेवतात. व्यवस्थापन त्यांच्या पदाचा आदर करते आणि त्यांच्या संस्थेच्या यशासाठी ते महत्त्वाचे आहेत हे त्यांना शब्दांत आणि त्यांच्याशिवाय पटवून दिले पाहिजे. सार्वजनिक आणि खाजगीरित्या, अक्षरशः आणि लिखित स्वरूपात, तत्परतेने आणि प्रामाणिकपणे टप्पे आणि विजय साजरे करण्यात त्यांना आनंद होतो.

प्रेरणादायी आणि समाधानकारक कार्य: ऑक्टोबर २००३ मध्ये ए.एस.टी.डी (अमेरिका सोसायटी फॉर ट्रेनिंग अँड डेव्हलपमेंट) वृत्तपत्राने असे नमूद केले की आज बहुतेक कर्मचाऱ्यांसाठी, त्यांच्या वेतन आणि पदोन्नतीपेक्षा प्रेरणादायी आणि मौल्यवान कार्य अधिक महत्त्वाचे आहे. नोकरीचा उत्साह आणि यावर किंमत लावणे कठीण आहे. जे व्यवस्थापक त्यांच्या कर्मचाऱ्यांची व्यस्तता वाढवतात आणि त्यांना प्रकल्पांमध्ये लवकर सहभागी करून घेतात, त्यांना अधिक सर्जनशील कल्पना मिळतात आणि अधिक कर्मचारी गुंतवणूक आणि अभिमान निर्माण करतात. विविध मुद्यांवर निर्णय घेण्यात सक्रियपणे सहभागी असलेले कर्मचारी त्यांना आवडतात आणि त्यांना हवे असलेले वातावरण तयार करतात.

एक स्पष्ट करिअर मार्ग आणि विकासाची संधी: विकासाची संधी प्रदान करून, वैयक्तिक आणि व्यावसायिक दोन्ही कर्मचारी इतरत्र नोकरी शोधण्याची शक्यता कमी आहे.

नवीन कौशल्ये आणि करिअरच्या विकासाच्या दृष्टीने प्रशिक्षणाच्या संधी उपलब्ध करून देणे हे व्यवस्थापक कर्मचाऱ्यांमध्ये गुंतवणूक करण्यास इच्छुक असल्याचे द्योतक आहे. कंपनीतील कर्मचाऱ्यांना टिकवून ठेवण्यासाठी हे खूप महत्त्वाचे आहे. हे कर्मचाऱ्यांना सदस्यत्व फी भरून, कर्मचाऱ्यांना सुट्टी देऊन आणि प्रवेश फी भरून व्यावसायिक संस्थांमध्ये सामील होण्यास प्रवृत्त करते, जे लंच आणि कॉन्फरन्समध्ये उपस्थित राहण्यासाठी आवश्यक असते. ज्या कंपन्यांमध्ये कर्मचारी टिकवून ठेवण्याचे दर जास्त आहेत त्यांची आतून भर्ती करण्याची

प्रतिमा असते. दोन्ही पक्षांनी मान्य केलेला करिअर मार्ग कर्मचाऱ्यांचे समर्पण प्राप्त करेल आणि ते संघटनात्मक उद्दिष्टे आणि दिशा स्वीकारतील याची खात्री करेल.

जे व्यवस्थापक संतुलित जीवनाचा आदर करतातः ज्या संस्था संतुलित जीवनाच्या बाबींचे अनुकरण करतात, त्यांच्याकडे कर्मचारी कामावर टिकून रहातात. ज्यांना विश्वास आहे की कर्मचार्यांनी काम केले पाहिजे, कामाचा श्वास घेतला पाहिजे आणि कामाचेच सेवन केले पाहिजे. कर्मचाऱ्यांच्या कौटुंबिक आणि वैयक्तिक जीवनाचे महत्त्व ओळखणे आणि त्यांचा आदर करणे निष्क्रियतेस प्रतिबंध करते आणि निष्ठा वाढते. सोसायटी फॉर ह्युमन रिसोर्स मॅनेजमेंटच्या मते, नियोक्त्यांनी कार्य-जीवनात समस्यांच्या गुणवत्तेबद्दल जागरूक असणे आवश्यक आहे. त्यांनी लवचिक वेळ ऑफर करण्यास तयार असले पाहिजेत आणि दुहेरी करियर, मुलांची काळजी आणि पालकत्वाच्या आव्हानांबद्दल संवेदनशील असले पाहिजेत.

स्पर्धात्मक देयके आणि फायदेः पैसा महत्त्वाचा आहे, परंतु तो आपल्या विचारापेक्षा कमी महत्त्वाचा आहे. कर्मचाऱ्यांना वाजवी आणि स्पर्धात्मक वेतनाची अपेक्षा असते. त्यांना आरोग्य विमा आणि सेवानिवृत्ती नियोजनाचे सामान्य लाभ मिळावेत असे वाटते. एका सर्वेक्षणात, ९२ टक्के कर्मचाऱ्यांनी सूचित केले की १०हजार डॉलरची वार्षिक पगारवाढ सुद्धा कंपनी बदलण्यास प्रवृत्त करणार नाही,जर त्यांना वैयक्तिक आणि व्यावसायिक विकास प्रशिक्षण मिळत असले तरी.

सर्वोत्कृष्ट कामगिरीसाठी प्रवृत्त कराः व्यवस्थापक किंवा नेता या नात्याने, आपल्या पहिल्या कार्यांपैकी एक म्हणजे आपल्या प्रत्येक सहयोगीची क्षमता विकसित करणे जेणेकरून ते त्यांच्या क्षमतेनुसार सर्वोत्तम कामगिरी करू शकतील. सुरूवात करण्याचा सर्वोत्तम मार्ग म्हणजे प्रत्येक व्यक्तीला माणूस म्हणून जाणून घेणे.

आपल्याला असे वाटू शकते की आपल्याला आपल्या भागीदारांबद्दल खरोखर माहिती असणे आवश्यक आहे की ते त्यांचे कार्य किती चांगले करतात. चुकीचे ! आपल्या कार्यसंघ सदस्यांना जाणून घेण्यासाठी केवळ त्यांच्या नोकरीच्या पात्रता जाणून घेण्यासाठी पुरेशी नाही, यापेक्षा अधिक जाणून घेण्याची आवश्यकता आहे हा एक महत्वाचा भाग आहे, परंतु हा केवळ त्यांच्या एकूण व्यक्तिमत्वाचा

एक भाग आहे. आपल्या सहयोगींसाठी काय महत्त्वाचे आहे, त्यांची महत्त्वाकांक्षा आणि उद्दिष्टे, त्यांची कुटुंबे, त्यांच्या विशेष चिंता, दुसऱ्या शब्दांत, त्यांना कशामुळे चालना मिळते ते शोधा.

कार्यपद्धतीः आपल्यापैकी प्रत्येकाची काम करण्याची आणि जगण्याची स्वतःची वेगळी पद्धत आहे. ही आपली (पद्धती) आहे. आपल्या कर्मचाऱ्यांचा प्रत्येक सदस्य कसा कार्य करतो, याचा अभ्यास करा आणि आपल्याला त्यांचे एम. ओ. माहित होईल. उदाहरणार्थ, आपण हे पाहू शकतो की एक व्यक्ती नेहमी एखाद्या विषयावर टिप्पणी करण्यापूर्वी त्यावर विचार करते आणि दुसरी व्यक्ती सर्व गोष्टींची उजळणी करू शकते तेव्हाच नवीन कार्य सुरू करू शकते, जरी त्याने हे काम यापूर्वी अनेकदा केले असेल. या कार्यपद्धतीबद्दल जागरूक राहिल्याने आपल्या लोकांना समजून घेण्यास मदत होते आणि ते आपल्याला त्यांच्यासोबत अधिक कार्यक्षमतेने कार्य करण्यास सक्षम करते.

पाहून आणि ऐकून आपण आपल्या सहकाऱ्यांबद्दल बरेच काही शिकू शकतो. जेव्हा ते आपल्यासोबत बोलतात तेव्हा ऐका. ते काय बोलतात ते ऐका आणि जे बोलत नाहीत त्यांचे पण ऐका. जेव्हा ते इतरांशी बोलतात, तेव्हा ऐका, इतरांचे बोलणे ऐकण्यात नम्रता नसेल, पण आपण खूप काही शिकू शकतो. आपले भागीदार त्यांचे काम कसे करतात आणि ते कसे वागतात आणि प्रतिक्रिया देतात ते पहा. त्यांच्या आवडी-निवडी आणि त्यांचा स्वभाव ओळखायला जास्त वेळ लागत नाही. ऐकूण आपण त्या प्रत्येकासाठी महत्त्वाच्या गोष्टींबद्दल आणि त्यांच्या 'हॉट बटणांबद्दल' शिकू शकतो जे त्यांना चालू किंवा बंद करू शकतात.

आपल्या प्रत्येक कर्मचाऱ्यांचा अधिकाधिक फायदा घेण्यासाठी, आपण त्यांच्याशी माणूस म्हणून वागले पाहिजे आणि त्यांच्यासोबत एक व्यक्ती म्हणून काम केले पाहिजे, जेणेकरून ते त्या जबाबदाऱ्या आताच्यापेक्षा अधिक चांगल्या प्रकारे पार पाडू शकतील. वर नमूद केल्याप्रमाणे, आपण हे ओळखले पाहिजे की सर्व माणसे एकसारखी नसतात आणि प्रत्येकाने समान गोष्ट समान पद्धतीने करण्याचा प्रयत्न करण्यापेक्षा आपण प्रत्येकाशी त्यांच्या वैयक्तिक संरचनेनुसार वागले पाहिजे. चला 'लोक' हा शब्द घेऊ आणि आपल्या लोकांना मागे टाकण्याचे आले ध्येय आपण कसे साध्य करू शकतो, याचे संकेत मिळविण्यासाठी प्रत्येक अक्षराचा विस्तार करूया.

व्यक्तिमत्वः

प्रत्येक व्यक्तीचे स्वतःचे खास व्यक्तिमत्व असते. व्यवस्थापकांनी त्यांच्यापैकी प्रत्येकजण कसा वागतो आणि प्रतिक्रिया कशी देतो, त्यांना काय प्रोत्साहन देते किंवा परावृत्त करते, त्यांच्याबद्दल खरोखर काळजी किंवा चिंता आहे हे जाणून घेण्यासाठी वेळ काढला पाहिजे. अनेक पर्यवेक्षक सर्व कर्मचाऱ्यांना समान वागणूक देण्याचा प्रयत्न करण्याची मोठी चूक करतात. काही लोकांना इतरांकडून खूप लक्ष देण्याची आवश्यकता असते, तर काही लोक तुमचे लक्ष टाळाटाळ करणारे किंवा कनिष्ठ असल्याचे लक्षण मानू शकतात. असे लोक आहेत ज्यांना सतत पुर्नशोधाची गरज असते, तर इतरांना फक्त अधूनमधून स्तुतीची धूळ उडवण्याची गरज असते.

विलक्षण गुणः त्या गुणांचा शोध घ्या, ज्यामुळे प्रत्येक व्यक्ती इतरांपेक्षा वेगळे भासतो. लॉरी खूप सर्जनशील आहे. आपल्या फावल्या वेळात ती चित्रे काढते, शिल्पे बनवते आणि कविता लिहिते. याचा नोकरीमध्ये काय फायदा होतो ? तिच्या सर्जनशीलतेचा आग्रह करून, आम्ही लॉरीला कठीण प्रकल्प हाताळण्यासाठी किंवा नोकरीच्या समस्या सोडवण्यात मदत करू शकतील अशा कल्पना आणि सूचनांचे योगदान देऊ शकतो. गॅरी एक परफेक्शनिस्ट आहे. त्याचे कार्य मंद आहे, परंतु ते नेहमीच बरोबर असतात. जिथे गुणवत्ता अग्रस्थानी असेल तिथे काम सोपवून आपण ते सर्वात प्रभावीपणे करू शकतो.

संधी : क्लॉडेटचे काम मुळात नीरस आहे. परंतु त्याच्या बॉसने पाहिले की तो शिकण्यास उत्सुक आहे आणि त्याच्या नीरस कार्यासाठी सर्वोत्कृष्ट कार्य करण्यास तयार आहे, अट एकच आहे की त्याने हे पहावे की तो अधिक आव्हानात्मक कार्य कसे पूर्ण करू शकेल. क्लॉडेटला विभागातील इतर नोकऱ्यांबद्दल जाणून घेण्याची संधी देऊन, ती त्यांना प्रशिक्षण देण्यास आणि त्यांच्यासाठी तयार करण्यास सक्षम होती, अशा प्रकारे तिला शिकण्यास आणि वाढण्यास प्रोत्साहित केले.

संधी केवळ नोकरीतील संभाव्य प्रगतीपुरती मर्यादित नाही. असे लोक आहेत ज्यांना पर्यवेक्षक किंवा व्यवस्थापकाच्या नोकरीच्या जबाबदाऱ्या नको आहेत, परंतु त्यांचे ज्ञान वाढवण्यासाठी किंवा त्यांना अधिक स्वारस्य असलेल्या नोकरीसाठी संधी शोधतात. डेव्हिड स्वतःला 'सोशल मॅन' समजत असे. त्याचे

इतर लोकांशी चांगले संबंध आहेत, परंतु लेखापाल म्हणून त्याच्या कामात, तो आपला बहुतेक वेळ एकट्याने काम करतो. डेव्हिडला विभागातील इतरांसोबत कंपनीच्या विविध पद्धतींवर प्रशिक्षण देण्याची संधी दिल्याने आणि वेळोवेळी विभागाच्या बैठका घेतल्याने त्याचा नोकरीसाठी उत्साह वाढला आणि त्याची एकूण कामगिरी सुधारली.

सहभागः जे लोक काहीतरी करतात त्यांना आपल्या लक्षात येण्यापेक्षा एखादे काम कसे केले पाहिजे याबद्दल बरेच काही माहित असते. नवीन कार्यपद्धती विकसित करताना किंवा नवीन प्रकल्पाची योजना आखताना ते कसे करावे हे ठरवण्यात जे लोक काम करतील त्यांना सामील करा. डिपार्टमेंट मॅनेजर या नात्याने, कॅथोला विश्वास होता की तिला नवीन प्रोजेक्ट कसा आखायचा हे नक्की माहीत आहे. अखेर, त्यांना या कामाचा अनेक वर्षांचा अनुभव होता. मात्र, नियोजन करून ते कसे करायचे हे तिच्या कर्मचाऱ्यांना सांगण्याऐवजी तिने त्यांना नियोजन प्रक्रियेच्या सुरुवातीच्या टप्प्यात अडकवले. कॅथीने विचारात न घेतलेल्या काही उत्कृष्ट कल्पना त्याने केवळ आणल्याच नाहीत, तर नियोजनात सामील झाल्यामुळे त्याचे यश सुनिश्चित करण्यासाठी कठोर परिश्रम करणे त्याला बंधनकारक वाटले.

नेतृत्वः चांगले नेते त्यांच्या लोकांसाठी ध्येये ठेवत नाहीत आणि त्यांच्यापर्यंत कसे पोहोचायचे ते त्यांना सांगत नाहीत. चांगले नेते त्यांच्या लोकांसोबत काम करतात त्यांना त्यांचे स्वतःचे ध्येय निश्चित करण्यासाठी प्रोत्साहित करून आणि त्यांना तेथे पोहोचण्यासाठी आवश्यक पावले प्रदान करून. फ्रेंड एक हुशार आणि एक चांगला कर्मचारी होता, परंतु त्याचा बॉस पॉलला हे समजले की, त्याच्याकडे आणखी अधिक क्षमता आहेत. मित्र एखाद्या प्रकल्पात पुढाकार घेण्यास घाबरत असे आणि पॉलकडे सतत मार्गदर्शनासाठी जात असे. मित्राला या सवयीवर मात करण्यास मदत करण्यासाठी, पॉलने मित्राला छोटे प्रकल्प देण्यास सुरुवात केली आणि ते पूर्ण करण्यासाठी त्याला जबाबदार धरले. हळूहळू या कामांची गुंतागुंत वाढवत पॉलने फ्रेडला असाधारण कामगिरी करण्यासाठी आवश्यक असलेला आत्मविश्वास विकसित करण्यास मदत केली.

अपेक्षाः लोकांना कळू द्या की त्यांच्याकडून उच्च कामगिरीची अपेक्षा करून आपण समाधानी होऊ नये. त्यांचे कर्मचारी किमान निकष पूर्ण करत

असल्यास, अनेक व्यवस्थापक आनंदित असतात. जर व्यवसाय समृद्ध होत असेल तर ते चालेल, परंतु जेव्हा कंपन्या टिकून राहाण्यासाठी संघर्ष करावा लागत असेल, तर आपल्याला निकष पूर्ण करण्या पलिकडील काहीतरी हवे असते. आपण आपल्या कर्मचार्यांना चांगले आणि अधिक चांगले होत राहण्यासाठी प्रोत्साहित केले पाहिजे.

अनेकदा ध्येय साध्य करण्यामध्ये पुरस्कार मदत करतात. मेरी के. या द मेरी के कॉस्मेटिक्सच्या संस्थापक, स्पष्ट करतात की त्यांनी त्यांच्या कंपनीच्या मोठ्या यशाचे श्रेय त्यांच्या लोकांना स्वतःसाठी उच्च आणि उच्च अपेक्षा ठेवण्यास सांगण्याच्या सवयीला दिले आणि जेव्हा त्या उद्दिष्टे पूर्ण करत, त्यावेळी त्यांना कसल्या तरी पुरस्काराने पुरस्कृत करत.

जेव्हा लोकांना त्यांच्या बॉसकडून, त्यांच्या कुटुंबाकडून आणि सर्वात महत्त्वाचे म्हणजे स्वतः चांगली कामगिरी करत राहण्याची अपेक्षा असते, तेव्हा त्यांना खरोखर यशस्वी होण्यापासून कोणीही रोखू शकत नाही.

आपल्या लोकांना जाणून घेणे आणि त्यांच्यासोबत काम करणे आणि त्यांच्या वैयक्तिक सामर्थ्यांचा उपयोग केल्याने आपल्या विभागामध्ये अधिक सामूहिक परिणामकारकता आणि कंपनीचे काम वरच्या दर्जाचे होईल.

प्रेरक म्हणून पैसा

येथे तर्कशास्त्रातील एक छोटासा धडा आहे:

* एः आपण जितके जास्त पैसे कमवू तितके आपण आनंदी होऊ.
* बीः आपण जितके जास्त उत्पादन करतो तितके जास्त पैसे कमावतो.
  म्हणूनः
* सीः लोक अधिक उत्पादन करण्यासाठी आणि अधिक कमाई करण्यासाठी अतिरिक्त प्रयत्न करतील आणि त्यामुळे अधिक आनंदी होतील.

पण ते खरे आहे का ? कधीकधी खरे, परंतु नेहमीच नाही. असे गृहीत धरू की ए आणि बी दोन्ही घरे आहेत. तार्किकदृष्ट्या सी देखील सत्य आहे असा निष्कर्ष काढला पाहिजे. बरोबर ? कधी कधी खरे, पण अनेकदा नाही.

चला, पाहू की पैसा हा उत्प्रेरक का नसतो, जो इथे तार्किक दृष्टीने दिसतो.

प्रेरक विरुद्ध समाधानकारक

फ्रेडरिक हर्जबर्ग यांच्या नेतृत्वाखालील वर्तनवादी शास्त्रज्ञांच्या एका चमूने लोकांना त्यांच्या नोकऱ्यांमधून काय हवे आहे, याचा अभ्यास केला, परंतु त्यांनी परिणामांचे दोन श्रेणींमध्ये वर्गीकरण केलेः

१. **समाधानकारक (ज्याला शाश्वत घटक देखील म्हणतात)**: असे घटक जे लोकांना नोकरीपासून आवश्यक असतात. किमान प्रयत्नांचे औचित्य सिद्ध करा. या घटकांमध्ये कामाची परिस्थिती, पैसा आणि फायदे यांचा समावेश होतो. तथापि, जेव्हा कर्मचारी समाधानी असतात, त्यानंतर यापैकी अधिक घटक दिल्याने त्यांना अधिक कठोर परिश्रम करण्यास प्रेरणा मिळते. बऱ्याच लोकांना प्रेरणा देणाऱ्या गोष्टींपैकी एक गोष्ट हवी असते-समाधान.

२. **प्रेरकः** घटक जे लोकांना त्यांच्या कामात अधिक ऊर्जा, प्रयत्न आणि उत्साह रहाण्यास प्रवृत्त करतात. त्यांच्यामुळे ते खरोखरच चालायला लागतात.

ही संकल्पना नोकरीमध्ये कशी कार्य करते हे पाहण्यासाठी, समजूया की आम्ही अगदी लहान कारखान्यात काम करतो, ज्यामध्ये कमी प्रकाश, अपुरी हवेची हालचाल आणि जागेची कमतरता आहे. साहजिकच उत्पादकताही कमी आहे.

काही महिन्यांतच आमची कंपनी उत्कृष्ट प्रकाश आणि वातानुकूलित आणि भरपूर जागा असलेल्या नवीन इमारतीत स्थलांतर होते आणि उत्पादन वाढीत कमालीची वाढ होते.

कंपनीचे सीईओ उत्तेजित होतात. ते संचालक मंडळाला म्हणतात, 'मला उच्च उत्पादनक्षमतेचा उपाय सापडला आहे. जर आपल्याकडे कामाची परिस्थिती चांगली असेल तर लोक अधिक उत्पादन करतील म्हणून मी कामाची परिस्थिती आणखी चांगली करण्यासाठी इंटिरियर डिझायनरची नियुक्ती करतो, एक नवीन कारपेट अंथरतो. भिंतींवर पेंटिंग्ज टांगतो, आणि कार्यालयाभोवती

झाडे लावतो, ज्यामुळे कर्मचारी आनंदी आहेत. अशा वातावरणात काम करणे आनंददायक असते परंतु उत्पादनक्षमता किंचितही वाढत नाही.

का नाही ? लोकांना त्यांच्या नोकऱ्यांमध्ये समाधानाची पातळी हवी असते, या प्रकरणात, तार्किकदृष्ट्या चांगली कामाची परिस्थिती जेव्हा कामाचे वातावरण स्वीकार्य बनवले जाते, तेव्हा कर्मचारी समाधानी असतात आणि हे त्यांच्या उत्पादकतेमध्ये दिसून येते. तथापि, जेव्हा त्याची परिस्थिती त्याच्या समाधानाच्या पातळीशी सुसंगत असते. त्यानंतरच्या वाढीमुळे त्यांना प्रेरणा किंवा प्रोत्साहन मिळाले नाही.

मग याचा पैशाशी काय संबंध ?

कामाच्या परिस्थितीप्रमाणे, पैसा देखील समाधानकारक आहे. आपण असे गृहीत धरू शकतो की अधिक पैसे दिल्याने अधिक उत्पादन होते. आपण बरोबर असू शकतो-बहुतेक लोकांसाठी, परंतु प्रत्येकासाठी नाही. प्रोत्साहन योजना, ज्यामध्ये लोकांना अधिक उत्पादन करून अधिक पैसे कमविण्याची संधी दिली जाते, अनेक कंपनी पेमेंट योजनांचा भाग आहेत. ते काही लोकांसाठी काम करतात, परंतु प्रत्येकासाठी नाही. विक्री विभाग हे एक उत्तम उदाहरण आहे. विक्रेते सहसा कमिशन किंवा प्रोत्साहन तत्त्वावर काम करतात, त्यामुळे ते इतक्या चांगल्या स्थितीत असतात की त्यांना वाढीची मागणी करावी लागत नाही. विक्री करणाऱ्यांना अधिक पैसे कमवायचे असतील तर, त्यांना फक्त अधिक कठोर किंवा चांगले काम करावे लागेल आणि त्यांना पाहिजे तितके पैसे कमवावे लागतील. म्हणूनच सर्व विक्रेते खूप श्रीमंत आहेत. बरोबर ? चुकीचे !

हा युक्तिवाद कसा चालत नाही ? या समस्येबाबत अनेक दिवसांपासून विक्री व्यवस्थापक तक्रार करत आहेत. तो म्हणतो, 'आपल्याकडे एक उत्कृष्ट प्रोत्साहन योजना आहे आणि आपल्या विक्री कर्मचाऱ्यांसाठी पैसे उपलब्ध आहेत. त्यांना त्यासाठी फक्त हात द्यायायचा आहे पण ते तेवढे काही करत नाहीत. का नाही?'

उत्तरासाठी आपल्याला मानवी मानसशास्त्राचा सखोल अभ्यास करणे आवश्यक आहे. आपण सर्व चेतन किंवा अचेतन स्वरूपात व्यक्तीगत वेतनाच्या पातळीवर ठरवतो ज्यावर आपण समाधानी असतो.

जोपर्यंत आपण त्या टप्प्यावर पोहोचतो तोपर्यंत, पैसा आपल्याला प्रेरित करू शकतो, परंतु त्यानंतर नाही. वेतनाची ही पातळी व्यक्तीपरत्वे खूप बदलते.

काहींनी हा स्तर खूप उच्च ठेवला आहे आणि पैसा त्यांच्यासाठी मोठा प्रेरक आहे, तर काही लोक खालच्या पातळीवर स्थिरावतात. याचा अर्थ असा नाही की त्यांना वार्षिक पगार वाढ किंवा बोनस नको आहे, परंतु अतिरिक्त पैसे सुरक्षित करण्यासाठी विशेष प्रयत्न किंवा गैरसोयीची आवश्यकता असल्यास, आपण ते विसरू शकतो.

कल्पना करा की, डेरेक आपल्या उत्पादन समूहात आहे आणि त्याचा पगार आपल्यापेक्षा साठ टक्के आहे. त्याची पत्नी काम करते, पण तिच्या कामाच्या स्वरूपावरून आपल्याला कळते की तिला फारसा मोबदला मिळत नाही. डेरेक बारा वर्षे जुनी कार चालवतो आणि स्वस्त दुकानांमधून कपडे खरेदी करतो. जर त्याचे कुटुंब सुट्टीसाठी गेले तर तो अधूनमधून कॅम्पिंग ट्रिपला जातो. आपल्याला त्याचे वाईट वाटते. पण आता आपण डेरेकला मदत करू शकतो. आपल्याला एका विशिष्ट प्रकल्पासाठी काही कर्मचाऱ्यांची गरज आहे, जे पुढील सहा शनिवारी दुप्पट पैसे देऊन पूर्ण करावे लागेल. जेव्हा आम्ही डेरेकला विचारले की त्याला असे करायचे आहे का, तो म्हणतो, 'नाही.' आल्याला समजत नाही का ? आपल्याला असे दिसते की तो अधिक पैसे मिळविण्यासाठी उत्सुक असावा, परंतु त्याने आधीच त्याच्या समाधानाची पातळी गाठली आहे. अधिक पैसे कमवण्याच्या संधीपेक्षा तो शनिवारी आपल्या कुटुंबासोबत वेळ घालवतो हे त्याच्यासाठी महत्त्वाचे आहे.

या उदाहरणाचा अर्थ असा नाही की पैसा मुळीच प्रेरणा देत नाही. पैसे कमवण्याची संधी प्रत्येकाला त्या बिंदूपर्यंत प्रेरित करते जिथे ते समाधानी असतो. काही लोक, डेरेकसारखे, त्यांच्या मूलभूत गरजा कमी पातळीवर पूर्ण करू शकतात, इतर गोष्टी जातात. जोपर्यंत त्यांच्यासाठी पैसा अधिक महत्त्वाचा आहे. इतरांसाठी मुद्दा जास्त आहे आणि ते अधिक पैसे कमवत राहण्यासाठी अतिरिक्त प्रयत्न करतात. आपल्या सहकार्यांबद्दल अधिक जाणून घेतल्यानंतर आवडी उद्दिष्टे आणि जीवनशैली आणि ते कोणत्या स्तरावरील उत्पन्नावर समाधानी आहेत. ज्या लोकांना त्याची पर्वा नाही त्यांना प्रोत्साहन म्हणून अधिक पैसे कमविण्याची संधी

देणे निरर्थक आहे. त्यांना प्रवृत्त करण्यासाठी आपल्याला दुसरा मार्ग शोधावा लागेल.

फायदा: प्रेरक किंवा समाधानकारक ?

बहुतेक कंपन्यांमध्ये फायदे महत्त्वाचे असतात. या कंपन्या त्यांच्या कर्मचाऱ्यांना काही प्रकारचे आरोग्य विमा, जीवन विमा, पेन्शन आणि इतर फायदे देतात. खरं तर, पॅकेज हा एक घटक आहे जो संभाव्य कर्मचाऱ्यांना जॉब ऑफरचे मूल्यमापन करताना हवा असतो, परंतु ते प्रेरक नसते. कंपनीने दंत विमा योजना लागू केल्यामुळे जास्त कष्ट घेतलेल्या व्यक्तीला आपण ओळखतो का ?

समाधानकारक लाभ. चांगला नफा लोकांना कंपनीत काम करण्यास आकर्षित करतो आणि ते लोकांना नोकरी सोडण्यापासून परावृत्त करतात.

कर्मचाऱ्यांना खूश ठेवणे पुरेसे नाही. कर्मचाऱ्यांना आव्हान देणारे उच्च कार्यक्षमतेचे बेंचमार्क विकसित करणे आणि हे बेंचमार्क पूर्ण करण्यासाठी त्यांना अतिरिक्त प्रयत्न करण्यास प्रोत्साहित करणे हे आव्हान आहे. यापैकी काही प्रेरक येथे आहेत.

ओळख

मानवाला ओळखीची भूक लागली आहे. लोकांना हे जाणून घ्यायला आवडते की ते कोण आहेत, त्यांना काय हवे आहे आणि ते कशावर विश्वास ठेवतात. जेव्हा आपण लोकांची नावे शोधतो आणि वापरतो तेव्हा ओळखणे सुरू होते. अर्थात, आपल्या वर्क रूपमध्ये आपल्याला आपल्या सहकाऱ्यांची नावे माहित आहेत, परंतु अनेकदा आपण इतर गटांसह अंतर्गत आणि बाह्य पुरवठादारांसह, उपकंत्राटदारांसह आणि ग्राहकांसह, प्रत्येकाच्या नावासह कार्य समन्वयित करू. त्या लोकांची नावे शोधा. त्यांचा उपयोग करून घ्या. हा प्रत्येक व्यक्तीचे व्यक्तिमत्व ओळखण्याची पहिली पायरी आहे.

ओळख केवळ नावाच्या वापरापुरते मर्यादित नाही. बिल्डिंग मेंटेनन्स कंपनीत नोकरी सोडताना, वॉरनला विचारले गेले की, त्याला कंपनीबद्दल सर्वात जास्त आणि कमी काय आवडते. वॉरनने उत्तर दिले की वेतन आणि फायदे चांगले असले तरी, त्याला कधीही वाटले नाही की आपण संस्थेचा भाग आहोत.

ते म्हणाले, 'मला नेहमी असे वाटायचे की मला मशीन टूल्सपेक्षा दुसरे काहीच नाही. मी विभागात नऊ महिने काम केले आणि या काळात मी अनेक सूचना केल्या, अतिरिक्त प्रकल्प हाती घेण्याची ऑफर दिली आणि माझ्यावर सोपवलेल्या काही कामावर सर्जनशील धोरणे अंमलात आणण्याचा प्रयत्न केला. माझ्या बॉसने मी योगदान देऊ शकले असते अशी कोणतीही मान्यता दिली नाही.'

दर्शवा की आपल्याला काळजी आहे

ज्याप्रमाणे आपले कंपनीबाहेर एक जीवन असते, तसेच आपल्या सहकाऱ्यांचे देखील असते. नोकरी हा आपल्या जीवनाचा एक महत्त्वाचा भाग आहे, परंतु जीवनाचे अनेक पैलू आहेत, जे अधिक महत्त्वाचे असू शकतात. उदाहरणार्थ आरोग्य, कौटुंबिक आणि बाह्य स्वारस्ये. एक पूर्ण व्यक्ती म्हणून सहयोगी म्हणून खरी आवड दाखवा.

व्हर्जिनिया विचिटा, कॅन्सस येथील बचत आणि कर्ज असोसिएशनमध्ये मुख्य टेलर आहे. रजेवर गेलेल्या किंवा आजारपणामुळे काही दिवस न आलेल्या सहकाऱ्यांचे परत स्वागत केल्याचे तिला आठवते. ती त्याला त्याच्या रजेबद्दल किंवा त्याच्या तब्येतीबद्दल विचारते आणि कंपनीच्या ताज्या बातम्या देते. ती त्यांना जाणवते की तिने त्यांना चुकवले आणि ते खरे आहे असे वाटते कारण तिला खरोखरच त्यांची आठवण येते.

आजोबा बनलेल्या जेकबला समजले की बहुतेक कुटुंबांच्या केंद्रस्थानी मुले असतात. तो त्याच्या सहकाऱ्यांच्या मुलांच्या क्रियाकलापांमध्ये खरा रस घेतो आणि त्याच्या सहकाऱ्यांसोबत शाळेच्या कार्यक्रमांनाही जातो ज्यामध्ये त्यांची मुले सहभागी होतात. काहीजण याला अनावश्यक घुसखोरी किंवा हस्तक्षेप म्हणू शकतात. परंतु जेकबला सकारात्मक आवड असल्याचे दिसते आणि यामुळे त्याच्या कार्यसंघातील सदस्यांना कार्यरत कुटुंब बनविण्यात मदत झाली आहे.

असे पर्यवेक्षक आहेत जे त्यांच्या कर्मचाऱ्यांचे कधीही कौतुक करत नाहीत. त्यांचा असा युक्तिवाद आहे की कर्मचाऱ्यांनी चांगले काम करणे अपेक्षित आहे आणि त्यांनी जे करणे अपेक्षित आहे त्यासाठी ते कौतुकास पात्र नाहीत.

एका चिडलेल्या पर्यवेक्षकाने फुशारकी मारली, 'मी कधीही कर्मचाऱ्यांची प्रशंसा करत नाही. जर मी त्यांना एकटे सोडले तर त्यांना माहित आहे की ते ठीक आहेत. जर मला त्यांच्याशी बोलायचे असेल तर ते अडचणीत आहेत.'

मनुष्य कौतूकासाठी भुकेलेला असतो. आपल्या सर्वांना हे जाणून घ्यायचे आहे की इतरांनी आपल्या यशाला ओळखावे.

हे विशेषतः महत्वाचे आहे जेव्हा आपल्या पर्यवेक्षकांकडून किंवा आपण आदर करत असलेल्या इतर लोकांकडून कौतूक होते.

कौतूक खरे असायला हवे

कॅरोल एका मीटिंगला जाण्यासाठी घराबाहेर पडणार होती. दारापाशी पोहोचताच ती थांबली, वळली आणि म्हणाली, 'गँग, मला तुम्हाला सांगायचे आहे की तुम्ही खूप चांगले काम करत आहात.' मग ती हसली आणि खोलीतून निघून गेली. बैठकीत त्यांनी आपल्या सहकाऱ्यांना आपल्या निरोपाच्या भाषणाने विभागाचे मनोबल कसे उंचावले हे सांगितले. त्याच्या विभागातील सहकारी त्याबद्दल अगदी वेगळ्या पद्धतीने विचार करत होते. एका माणसाने इतरांना मोठ्याने टिपण्णी केली, 'त्याने आम्हांला फक्त सकारात्मक स्तुतीचा आमचा मासिक डोस दिला.'

कॅरोलला मनोबल वाढवणारे वाटले ते त्याच्या अधीनस्थांसाठी खोटे होते. प्रशंसा प्रामाणिक असली पाहिजे आणि आपल्याला सत्यासाठी फसवले जाऊ शकत नाही. स्तुती खरी करण्याचा एक मार्ग म्हणजे स्तुतीचे कारण स्तुतीमध्येच समाविष्ट करणे. उत्तम काम केले, असे म्हणण्याऐवेजी असे म्हणणे ठीक राहील की, जो, ज्याप्रकारे तुम्ही त्या ग्राहकाच्या तक्रारीला हाताळले, हे या विभागातील व्यावसायिकतेचे उत्तम उदाहरण आहे.

टीकेला स्तुतीसोबत जोडणे

जेव्हा एखाद्या कर्मचाऱ्यावर टीका करायची असते, तेव्हा बरेच पर्यवेक्षक स्तुती दरम्यान टीकेला सँडविच करतात. यामुळे टीका अधिक चवदार बनते. बऱ्याचदा यामुळे द्वेष कमी होतो, जो बऱ्याचदा निंदेशी संबंधित असतो, तथापि, जेव्हा जेव्हा प्रशंसा केली जाते, तर त्यावर कोणतीही नकारात्मक टिप्पणी जोडली गेली तर स्तुती निरर्थक ठरते, जेव्हा पर्यवेक्षक स्तुती सुरू करतो, तेव्हा कर्मचारी

विचार करू लागतो, 'ठीक आहे, तो माझ्या वाईटाची सुरूवात कधी करणार? 'संभाषण सहसा असे होतेः

'सॅम, तू आमच्याकडे असलेल्या सर्वात वेगवान कर्मचाऱ्यांपैकी एक आहेस आणि मी तुझे कौतुक करतो पण तू खूप चुका करतोस...' ज्या क्षणी सॅमने 'पण' हा शब्द ऐकला, त्याच क्षणी त्याया मनाने स्तुतीला बाहेरच ठवले. त्याला माहीत आहे की पुढील शब्द टीकेने भरलेले असतील.

'बॅरी' 'पण' च्या जागी 'आणि' टाकून यावर मात करतो. 'सॅम, आमच्याकडे असलेल्या र्सात वेगवान कर्मचाऱ्यांपैकी तुम्ही एक आहात. मी तुमची प्रशंसा करतो आणि जर तुम्ही कामाचा दर्जा सुधारलात तर तुम्ही आणखी प्रभावी होऊ शकता. त्यासाठी आम्ही काय मदत करू शकतो ते पाहूया.' मग आपण एकत्र काय करू शकतो ?' 'आणि मध्ये 'पण' चा नकारात्मक अर्थ नाही. कर्मचारी अजूनही स्तुतीने सूर्यस्नान करतात आणि सुधारणेसाठी खुले आहेत.

कौतूक करण्याची भीती

काही व्यवस्थापक टिप्पणी करतात, 'जर मी इतरांपेक्षा चांगली कामगिरी करणाऱ्या कर्मचाऱ्यांची स्तुती केली तर तो पक्षपातीपणा मानला जात नाही का?

आवश्यक नाही. जेव्हा एखादी व्यक्ती स्पष्टपणे ओळखण्यास पात्र असते आणि मान्यता त्या पात्र असलेल्या प्रत्येकाला दिली जाते, तर तो पक्षपाती नसतो. ज्यांची स्तुती होत नाही त्यांना हे समजले पाहिजे की त्यांनी ती कमावली नाही.

आणखी एक चिंताः 'जेव्हा एखाद्याची कामगिरी लक्षणीयरीत्या सुधारते तेव्हा, सुरूवातीपासूनच चांगले काम केलेल्या व्यक्तीपेक्षा जास्त प्रशंसा करणे चांगले आहे का?'

जास्त स्तुती केल्याने नाराजी होऊ शकते, जे नेहमीच इष्ट रीतीने कामगिरी करत आले आहेत. शिवाय, अत्याधिक ओळख ही कल्पना देखील व्यक्त करू शकते की आपण असाधारण यशाला सामान्य नित्यक्रम करण्याची आशा करू शकतो. त्या विशिष्ट सहयोगकर्त्याच्या गरजा पूर्ण करण्यासाठी आपण आपली प्रशंसा अशा प्रकारे केली पाहिजे. जेव्हा एखादी व्यक्ती अपेक्षित मानकापर्यंत पोहोचते तेव्हा यशासाठी त्यांची प्रशंसा करा आणि

सूचित करा की इतर चांगले कर्मचारी हेच करत आहेत आणि आपण त्याचे कौतुक करतो. हे सहकाऱ्यांसमोर करा, जेणेकरून प्रत्येकाला कळेल की ही प्रशंसा या पातळीपर्यंत पोहोचण्यावर आधारित आहे आणि अपवादात्मक कामाची प्रशंसा करण्यावर नाही. साहजिकच, अजूनही चांगली कामगिरी करणाऱ्या व्यक्तींना विशेष मान्यता दिली पाहिजे.

व्यवस्थापक विचारतात, 'सातत्याने सरासरी काम केल्याबद्दल लोकांची प्रशंसा केली पाहिजे का?' प्रत्येकाला प्रशंसा आवडते. परंतु नियमित कामगिरीसाठी विशेष ओळख देणे ही स्वतःला पराभूत करणारी कृती आहे. हे त्या व्यक्तीला अधिक चांगले होण्यासाठी कोणतेही प्रोत्साहन देत नाही.

कधीकधी पर्यवेक्षक त्यांच्या नियमित हजेरीबद्दल किंवा काही विशेष कामगिरीबद्दल त्यांचे अभिनंदन करू शकतात. असे नियमितपणे केले जाऊ नये, अन्यथा त्याचे मूल्य कमी होते.

स्तुती कधीही दिनचर्यानुसार नाही करायला पाहिजे. 'आज १४ तारीख आहे. आज माझा दिवस कॅथीची स्तुती करण्याचा आहे.' फसे करू नका, आवश्यक असेल तेव्हाच प्रशंसा करा.

कौतूकाला व्यक्त करणे

स्तुती करण्याची सर्वोत्तम वेळ म्हणजे जेव्हा एखादी प्रशंसनीय घटना घडते. जेव्हा एलिसने त्याचा अहवाल आपल्या बॉसला सादर केला तेव्हा त्याने ताबडतोब अंतिम मुदतीपूर्वी पूर्ण केल्याबद्दल त्याचे अभिनंदन केले. तो अहवाल मिळाल्यावर त्यांनी त्यातील आशयाचे पुन्हा कौतुक केले.

विशिष्ट व्हाः आधी सांगितल्याप्रमाणे, तुम्ही त्या व्यक्तीची प्रशंसा का करत आहात हे त्याला कळू द्या.

संस्थेसाठी त्याचे मूल्य वर्णन करा की गेल्या मुदतीमुळे आपण प्रकल्प पूर्ण करू शकलो आणि आमच्या ग्राहकांच्या समस्या सोडवू आणि त्यांचे समाधान करू शकलो.

चांगले काम सुरू ठेवण्यासाठी त्यांना प्रोत्साहित कराः मी या कामात खूप प्रगती केली आहे आणि मला माहित आहे की आपण आपले ध्येय साध्य करण्यात मदत करण्यासाठी आपल्या उत्कृष्ट क्षमतांचा वापर करत राहू.

त्यांना ठेवण्यासाठी काही द्या

लोकांना हे सांगा की त्यांनी जे केले आहे, त्याबद्दल आम्ही त्यांचे कौतुक करतो, ही एक चांगली कल्पना आहे, परंतु ते लिहून घेणे त्यापेक्षा चांगले आहे. शाब्दिक स्तुतीचा प्रभाव कमी होतो, पत्र किंवा अगदी लहान अक्षर देखील टिकते. आपल्याला अधिकचे पैसे खर्च करावे लागत नाहीत. यास जास्त वेळ लागत नाही.

धन्यवाद कार्ड लिहा

विल्मिंग्टन, डेलावेअर येथील ए अँड जी मधील मर्चेंडाइझिंग कंपनीत टीम लीडर्सना थँक यू कार्डचे पॉकेट देण्यात आले, ज्यावर त्यांच्याकडून सुंदर हस्ताक्षरात धन्यवाद लिहिले होते. कार्डच्या आत काहीच लिहिलेलं नव्हतं. ज्यावेळी कोणी एखादे खास काम करायचा, तर त्या व्यक्तीला व्यवस्थापक त्याच्या कामगिरिचे वर्णन केलेलं कार्ड मिळायचं आणि ते मिळाल्याबद्दल कर्मचाऱ्यांना धन्यवाद पण द्यायचे. मिळणारे कर्मचारी कार्डला जपून ठेवतात आणि मित्र किंवा कुटुंबियांना दाखवतात.

प्लॉक आणि प्रमाणपत्रे

आपण कर्मचाऱ्यांना बक्षीस देतो, कोणताही पुरस्कार मोठा किंवा छोटा असो (उदा. रोख, वस्तू, शो किंवा सामन्याची तिकिटे, किंवा रिसॉर्टमध्ये प्रवास) एक प्रमाणपत्र किंवा प्लॉक समाविष्ट करण्यासाठी काही डॉलर्स खर्च करणे चांगले आहे. कर्मचाऱ्यांना या स्मृतिचिन्हांना त्यांच्या क्युबिकलमध्ये किंवा ऑफिसमध्ये, त्यांच्या कामाच्या बेंचवर किंवा त्यांच्या घरात टांगायला आवडतात. रोख पैसे खर्च केले जातात, वस्तू जुन्या होतात, प्रवास एक आठवण म्हणून उरते, परंतु प्रमाणपत्र किंवा प्लाक ओळखीची कायमस्वरूपी स्मृती बनते.

उपेक्षित कामगारांना प्रोत्साहन देणे

आपले उपेक्षित कामगार कोण आहेत ? हे असे लोक आहेत जे आपल्या कामगिरीचे किमान मानक पूर्ण करतात, परंतु क्वचितच ते ओलांडतात. ते काढून टाकण्याइतके वाईट नाहीत, परंतु प्रत्यक्षात त्यांचे स्वतःचे वजन नाही. अशा लोकांना प्रवृत्त करणे हे नेत्यांसमोर मोठे आव्हान आहे. आपल्या संस्थांमध्ये किरकोळ कर्मचारी असण्याची काही कारणे कोणती आहेत?

राब सिलेक्शन

डेटा एंट्री क्लर्क डेबी हा किरकोळ कामगार आहे. डेटा एंट्री क्लर्क कमी आणि त्यामधला असल्याने, तिच्या बॉस बार्बराने डेबीला कामावर ठेवले, जरी तिने नोकरीच्या गरजा पूर्ण केल्या नाहीत. जरी तिने तिचा प्रोबेशन कालावधी पूर्ण केला तेव्हा ती अद्याप अपेक्षित कामगिरीच्या बेंचमार्कपेक्षा कमी होती, तरीही बार्बराने तिला ठेवण्याचा निर्णय घेतला. तिचा तर्क होता, 'किमान कोणीतरी तो संगणक चालवत आहे आणि मी त्यासोबत काम करत राहीन आणि ते उत्पादनक्षम बनवीन.'

सहा महिन्यांनंतर, अतिरिक्त प्रशिक्षण आणि कोचिंग असूनही, डेबी आपही उत्पादनाच्या प्रमाणाला क्वचितच पूर्ण करत आहे. तिच्याकडे खरोखर उत्पादक होण्याची आंतरिक क्षमता नाही.

किरकोळ उत्पादनासाठी खराब निवड हे एक प्रमुख कारण आहे. नोकरीचे वास्तववादी वर्णन प्रस्थापित करणे आणि तडजोड न करणे आवश्यक आहे, जरी पद भरण्याची निराशा असली तरीही लोकांना कामावर घेताना, यामुळे त्यांच्या नोकऱ्यांमध्ये यशस्वी होणाऱ्या लोकांना निवडण्याची शक्यता वाढते.

तथापि, आपली निवड प्रक्रिया कितीही चांगली असली तरीही चुका होऊ शकतात आणि नियुक्त केलेली व्यक्ती योग्य निकषांची पूर्तता करू शकत नाही. म्हणूनच प्रोबेशनचा कालावधी खूप महत्त्वाचा आहे. या कालावधीत पर्यवेक्षकाने खात्री केली पाहिजे की नवीन कर्मचाऱ्याला माहित आहे की त्याने काय करणे अपेक्षित आहे आणि कोणते निकष पूर्ण केले पाहिजेत. प्रशिक्षण, प्रशिक्षण आणि विशेष लक्ष देऊन या निकषांची पूर्तता करण्यासाठी व्यक्तीला मदत करण्यासाठी सर्व प्रयत्न केले पाहिजेत.

धीर धरा. काहीवेळा कमी उत्पादनाचे कारण अकार्यक्षमता नसून काय करणे आवश्यक आहे, याची समज नसणे हे असते. नवोदितांसाठी प्रशिक्षण योजना तयार करताना विशिष्ट स्केल आणि वेळापत्रक सेट करा. प्रशिक्षणार्थी त्यांच्याबद्दल जागरूक असल्याची खात्री करा. जर विनिर्दिष्ट वेळेत निकषांची पूर्तता झाली नाही, तर त्यामुळे उद्भवणाऱ्या समस्यांवर मात करण्यासाठी आपण प्रशिक्षणार्थीसोबत काम केले पाहिजे. प्रशिक्षणार्थीच्या सुटकेसाठी सर्वतोपरी प्रयत्न केले पाहिजेत, परंतु प्रत्येक प्रयत्न अयशस्वी

झाल्यास, किमान मानकांची पूर्तता न करणाऱ्या व्यक्तीला पुन्हा नियुक्त करू नका. एकदा का परिवीक्षा संपली की, अल्पभूधारक कामगाराला कामावरून काढून टाकणे फार कठीण होऊन बसते.

चांगले कर्मचारी, ज्यांची कार्यक्षमता कमी होते

फिल सहा वर्षांपासून कंपनीत काम करत आहे. तिचे उत्पादन नेहमीच किमान प्रमाणापेक्षा जास्त होते आणि तिचे पर्यवेक्षक लिल तिला तिच्या सर्वोत्तम कर्मचाऱ्यांपैकी एक मानतात. काही महिन्यांपूर्वी फिलच्या उत्पादनात घट होऊ लागली. जणू तिचा नोकरीतला रसच हरवला होता. फिल सारख्या लोकांच्या बाबतीत असे का होते ? काहीवेळा हे वैयक्तिक समस्यांमुळे होते. एखाद्याच्या वैयक्तिक जीवनाची आणि कार्यालयीन आयुष्याची विभागणी करता येत नाही. घरामध्ये गंभीर समस्या असल्यास त्याचा परिणाम आपल्या कामावर होतो.

काहीवेळा हे काही वास्तविक किंवा जाणवलेल्या तक्रारीमुळे होते. काही लोक त्यांच्या मनातील गाऱ्हाणी खोलवर ठेवतात आणि ती बाहेर काढून सोडवण्यापर्यंत ती वाढतच जाते.

फिलसोबतच्या संभाषणात, लिलला कळले की फिलने अशी ध्येये ठेवली होती जी नोकरीमध्ये पूर्ण होत नव्हती. जरी त्याच्या कार्याची प्रशंसा केली गेली आणि टीकात्मक पुनरावलोकनांमध्ये उत्कृष्ट म्हणून दर्जा देण्यात आला, तरीही तो त्याच्या कारकिर्दीच्या या टप्प्यावर पोहोचण्याची अपेक्षा करत असलेल्या स्थानापर्यंत पोहोचला नाही.

पर्यवेक्षकाने आपल्या कर्मचाऱ्यांची उद्दिष्टे जाणून घेतली पाहिजेत आणि त्यांना त्यांच्यापर्यंत पोहोचण्यास मदत करण्यासाठी सर्वकाही केले पाहिजे. कर्मचाऱ्यांना उच्च कार्यक्षमतेची पातळी राखून लक्ष्य गाठण्यासाठी काय करणे आवश्यक आहे ते सांगा, मग ते नोकरीवर अतिरिक्त प्रशिक्षण किंवा बाह्य अभ्यासाद्वारे, आणि हे साध्य करण्यासाठी किती वेळ लागू शकतो. या कामात कर्मचाऱ्याला आपले ध्येय पूर्ण करणे शक्य नसेल, तर पर्यवेक्षक आणि कर्मचारी यांनी मिळून ध्येय कसे बदलता येईल हे ठरवावे, जेणेकरून ते या कामात पूर्ण करता येतील.

कंटाळा

अनेक वर्षांपासून ॲन तिच्या विभागातील सर्वोत्कृष्ट कलाकारांपैकी एक होती, पण आता ॲन कंटाळली होती. ती इतके दिवस तेच करत होती की आता तिला ते करण्यात मजा येत नव्हती. थोडा वेळ काढण्यासाठी ती प्रत्येक बहाणा शोधायची. जेव्हा ती ऑफिसमध्ये होती, तेव्हा ती तिच्या सहकर्मचाऱ्यांशी गप्पा मारत असे, तिच्या सुट्टया वाढवायचे आणि शक्य तितके कमी उत्पादन करायचे.

उत्पादकता वाढविण्यासाठी माजी उत्पादक कर्मचाऱ्यांची सुपरवाइजर ज्या पद्धतीने मदत करू शकत आहेत, त्यापैकी एक आहे, नोकरीला समृद्ध करणे हा मार्ग आहे. हे एका कामात अनेक लोकांद्वारे केलेली कार्ये एकत्रित करून केले जाऊ शकते जेणेकरून प्रत्येक कर्मचारी अधिक भिन्न कार्ये करेल. दुसरा मार्ग म्हणजे ज्या पद्धतीने गोष्टी केल्या जातात त्याची पुनर्रचना करणे. जेव्हा कर्मचारी पुनर्रचनामध्ये भाग घेतो तेव्हा हे सर्वात प्रभावीपणे साध्य केले जाते. जे लोक काही काम करतात, त्यांच्या मनात अनेकदा असे विचार येऊ शकतात, ज्यामुळे काम अधिक मनोरंजक आणि परिणामकारक होईल. कंटाळवाणेपणावर मात करण्यासाठी आणखी एक धोरण म्हणजे विशिष्ट प्रकल्पांसाठी कर्मचाऱ्यांना नियुक्त करणे. वेग बदलणे हा कंटाळवाण्यापणावर उत्तम उपाय आहे.

आरामात काम करणारा

मायकल २२ वर्षांपासून कंपनीत आहे आणि ८ वर्षांपासून त्याच्या सध्याच्या पदावर काम करत आहे. तो त्याच्या नोकरीवर खूश आहे, परंतु त्याच्या कामाचे स्वरूप आणि कंपनीच्या संघटनात्मक रचनेमुळे त्याला कधीही बढती मिळण्याची शक्यता नाही हेही तो ओळखतो. त्याचे काम चांगले आहे; त्याला माहित आहे की त्याने गंभीर चूक केल्याशिवाय त्याला कधीही काढून टाकले जाणार नाही, म्हणून जाणूनबुजून किंवा नकळत त्याने ठरवले आहे की नोकरीमध्ये स्वतःला पूर्णपणे खर्च करण्यात काही अर्थ नाही. निवृत्तीपर्यंत तो आरामात काम करत राहील. बहुतेक कंपन्यांमध्ये असे 'आरामदायी कामगार' आहेत. ते चांगले कर्मचारी आहेत आणि उत्पादनात योगदान देऊ शकतात, परंतु त्यांना वाटते की त्यांनी त्यांचे कार्य केले आहे. अशा लोकांना आपण पुन्हा कसे प्रवृत्त करू शकतो ?'

असोसिएटेड प्रॉडक्टस नव्या प्रडक्टच्या परिक्षणासाठी 'आरामात काम करणाऱ्यांचा वापर करतात. जेव्हा ते नवीन लाईन लाँच करण्यास तयार असतात, ते मोठ्या शहरांमध्ये त्याचे मार्केटिंग करतात. एखाद्या टेस्ट मार्कटिंग कंपनीचा उपयोग करण्याऐवेजी ते त्याला आपल्या काही अनुभवी लोकांवर सोपवतात. एका नवीन आणि महत्त्वाच्या सहभागी झाल्याने त्यांना वाटते की त्यांचा सन्मान केल्या जातो आणि यामुळे त्यांना काहीतरी नवीन आणि वेगळे करून पाहण्याची संधी मिळते. ही उत्तेजना किंवा प्रेरणा ते त्यांच्या नियमित कामावर परतल्यावरही कायम चालू राहते.

इतर कंपन्यांनी या अनुभवी आणि दीर्घकालीन कर्मचाऱ्यांना प्रशिक्षक आणि नवागतांसाठी मार्गदर्शक म्हणून वापरले आहे. त्यांना अशा प्रकारची जबाबदारी दिल्याने ते नोकरी आणि कंपनीसाठी अधिक समर्पित होतात आणि ते त्यांना अल्पभूधारक कामगारांमधून कंपनीच्या कार्यसंघाचे उत्पादक सदस्य बनवू शकतात.

'माझ्या कर्मचाऱ्यांना त्यांच्या कामाची फारशी काळजी नाही. जर मी त्यांना धक्का देत राहिलो नाही तर काहीही होणार नाही.' अल एक उसासा टाकत म्हणाला.

कार्लने उत्तर दिले, 'मला ही समस्या अजिबात नाही. माझे सहकारी नेहमी काम पूर्ण करण्यासाठी आवश्यक ते प्रयत्न करण्यास तयार असतात.'

कर्मचाऱ्यांच्या या पूर्णपणे विरुद्ध वृत्तीचे कारण काय आहे, जे या प्रत्येक व्यवस्थापकाकडे आहे ? कार्लच्या गटातील कर्मचारी अल गटापेक्षा इतके वेगळे का आहेत ? ही पर्यवेक्षकाची व्यवस्थापन शैली असू शकते किंवा ती स्वतःच नोकरी असू शकते.

वर्तनवादी शास्त्रज्ञ सामान्यतः मान्य करतात की जरी ओळख, प्रशंसा, आव्हान आणि अर्थातच, योग्य वर्तन यासारख्या घटकांद्वारे कर्मचाऱ्यांची प्रेरणा वाढविली जाऊ शकते, परंतु सर्वात प्रभावी प्रेरक कार्य स्वतःच आहे.

जर अलच्या कर्मचाऱ्यांना त्यांचे काम नीरस आणि आव्हानात्मक वाटले, तर अल एक चांगला पर्यवेक्षक आहे, त्यांना प्रेरित करणे कठीण जाईल. दुसरीकडे, जर कार्लच्या कर्मचाऱ्यांना त्यांच्या कामाचा इतका आनंद वाटत असेल की ते

दररोज सकाळी तिथे जाण्याची उत्सुकता बाळगत असतील आणि दररोज संध्याकाळी घरी जावे वाटत नसेल तर कार्लला त्यांना प्रेरित ठेवण्यास मदत करणाऱ्या फार कमी गोष्टी आहेत.

कार्याला समृद्ध करा

दुर्दैवाने आज उद्योगातील मोठा भाग केवळ नोकरीला जोडलेला आहे. त्यांच्याबद्दल उत्साह निर्माण करणे अशक्य नाही पण अवघड आहे. यावर मात करण्याचा एक मार्ग म्हणजे काम समृद्ध करणे. जेनिफरची जेव्हा पात्रता विमा कंपनीच्या दावे तयारी विभागाच्या प्रमुखपदी नियुक्ती करण्यात आली, तेव्हा तिला कमी मनोबल असलेला विभाग वारशाने मिळाला, जो विभाग सोडून जाणाऱ्या लोकांची जास्त संख्या, गैरहजेरी आणि असंतुष्ट कर्मचारी दावा तयार करण्याची पद्धत' असेंबली लाइन' होती. प्रत्येक लिपिकाने दावा फॉर्मचा एक भाग तपासला. त्याने ते पुढच्या लिपिकाकडे दिले, ज्याने दुसरा विभाग तपासला आणि प्रक्रिया पुढे चालू राहिली. विवेचनामध्ये कोणताही दोष किंवा प्रश्न आढळल्यास, ते तज्ज्ञाद्वारे हाताळले जाण्यासाठी बाजूला ठेवण्यात आले होते. ऑपरेशनल दृष्टिकोनातून ते खूप कार्यक्षम होते. पण त्यामुळे काम अवघड आणि आव्हानात्मक झाले. जेनिफरने प्रणालीची पुनर्रचना केली. 'असेंबली लाईन' काढून त्यांनी काम समृद्ध केले. प्रत्येक लिपिकाने संपूर्ण फॉर्म तपासला, चुका सुधारल्या आणि स्पष्टीकरण मागितले. यासाठी अतिरिक्त प्रशिक्षण आवश्यक होते आणि सुरूवातीला काम मंद होते, परंतु त्याचा फायदा असा होता की याने त्यांच्या नोकऱ्यांमध्ये खरी आवड असलेल्या कर्मचाऱ्यांचा एक अत्यंत प्रेरित संघ विकसित केला. कर्मचाऱ्यांची टाळेबंदी, अनुपस्थिती आणि असंतोष लक्षणीयरीत्या कमी झाला आणि एकदा प्रणाली पूर्णपणे स्थापित झाल्यानंतर, वेग आणि अचूकता वाढली.

कर्मचाऱ्यांना सामील करून घ्या

जे काम केले जाणार आहे, ते व्यवस्थापन आणि कामगार या दोघांचे संयुक्त प्रयत्न असतात. 'अधिकारी' नव्हे तर तरूण कर्मचाऱ्यांना काम अधिक मनोरंजक बनवण्याची वृत्ती विकसित करून काम करण्याचे आदेश देत आहेत आणि त्या कामात गुंतलेले लोक ते पूर्ण करण्यासाठी अधिक प्रवृत्त होतील.

जेव्हा अपेक्षित उत्पादकता किंवा संख्या निश्चित केली जाऊ शकते, बऱ्याच कंपन्यांनी त्यांच्या कर्मचाऱ्यांसाठी उत्पादन लक्ष्ये सेट केली आहेत. हे विशेषतः विक्री आणि इतर अनेक उत्पादक आणि कार्यालयीन पदांवर खरे आहे. डेनिस त्यांच्या कंपनीच्या शब्द प्रक्रिया विभागाची प्रमुख होती तिने तिच्या बहुतेक मास-मेलिंग प्रकल्पांसाठी स्पष्ट उद्दिष्टे निश्चित केली आहेत आणि ती सांगू शकते की तिचे कर्मचारी किती चांगले काम करत आहेत याचा तो आधार आहे. ते त्यांचे ध्येय साध्य करण्याच्या किती जवळ आहेत ? डेनिसच्या लक्षात आले की त्याच्या सर्वोत्तम कर्मचाऱ्यांनी देखील क्वचितच लक्ष्यापेक्षा जास्त उत्पादन केले. जेव्हा त्याने आवश्यक पत्रांची संख्या वाढवण्याचा प्रयत्न केला तेव्हा त्यातून द्वेष निर्माण झाला आणि उघड निषेधही झाला.

जेव्हा एखादा नवीन प्रकल्प आखला जात होता तेव्हा त्या प्रकल्पाचे ध्येय निश्चित करण्याऐवजी डेनिसने त्यावर काम करणाऱ्या कर्मचाऱ्यांना प्रकल्पाचा अभ्यास करून उत्पादनाची उद्दिष्टे सुचवण्यास सांगितले. जेव्हा त्याने इतके उदात्त ध्येय सुचवले तेव्हा तिला आश्चर्य वाटले, जे तिला स्वतः साध्य करता आले नाही.

प्रकरण - ७

लिहिण्याची सवय लावा

'जेव्हा मी एखाद्याशी समोरासमोर किंवा फोनवर बोलतो तेव्हा मला माझा दृष्टिकोन समजावून सांगणे कठीण जात नाही, परंतु जेव्हा मी पत्र किंवा मेमो लिहितो तेव्हा माझे शब्द असामान्य आणि अपूर्ण वाटतात.' हे हायस्कूलमधून बाहेर पडलेल्या तरूणाने नाही, तर व्यवसाय प्रशासनात पदव्युत्तर पदवी घेतलेल्या एका अभियंत्याने सांगितले आहे. तोंडी संभाषणात बोलणारे अनेक लोक आपले विचार कागदावर मांडण्यात कमकुवत असतात.

याचे एक कारण म्हणजे ही एक चुकीची धारणा आहे की बोललेल्या शब्दांपेक्षा लिखित शब्द अधिक औपचारिक असावेत. त्यामुळे अक्षरे आणि मेमो असे लिहिलेले आहेत जे रूक्ष आणि कृत्रिम वाटतात. लिखित शब्द बोलल्या गेलेल्या शब्दांपेक्षा वेगळे असतात, कारण मौखिक संवादात आवाजाच्या स्वराद्वारे आणि बॉडी लँग्वेजद्वारे देखील अर्थ व्यक्त केला जातो. शिवाय, जर अर्थ स्पष्ट नसेल, तर स्पीकरला ते लगेच समजते कारण समोरच्या व्यक्तीला ते कसे प्राप्त झाले आहे हे तो पाहू शकतो आणि समोरचा भाग देखील प्रश्न विचारू शकतो.

काही पुरुष आणि स्त्रिया अशा प्रकल्पांपासून दूर जातात ज्यासाठी त्यांना आवश्यक आहे अहवाल लिहा. ते स्वतःला या बाबतीत अक्षम आणि अयोग्य समजतात. तोंडी अहवालाच्या तुलनेत लेखी अहवालाला घाबरण्याचे कारण नाही हे एक कौशल्य आहे जे आपल्या करिअरमध्ये शिकता येते आणि त्यात प्रभुत्व मिळवता येते. विकासाचा वेग वाढवता येईल.

लिखित संदेश वाचकापर्यंत बोलल्या गेलेल्या शब्दांइतका प्रभाव टाकून पोहोचतील याची खात्री करण्यासाठी आपली पत्रे आणि मेमोची भाषा-बोली

भाषेपेक्षा थोडी वेगळी असली पाहिजे, परंतु ती फारशी वेगळी नसावी. खाली दिलेल्या टिपा आपल्याला मदत करतील जेणेकरून आपण अनैसर्गिक आवाज न करता ज्या प्रकारे बोलतो त्याप्रमाणे आपण बरंच काही लिहू शकू.

एक शब्द लिहिण्यापूर्वी संदेशाची योजना करा

लिहिण्यापूर्वी विचार करा. डेबोराच्या पत्रांचे खूप कौतूक होते. त्याचा त्याला अभिमान आहे. डेबोरा प्रत्येक पत्र लिहिण्यापूर्वी किंवा मोठ्याने वाचण्यापुर्वी काळजीपूर्वक योजना करते.

डेबोरा फक्त बोलण्यासाठी मुद्यांची यादीच बनवत नाही, तर ती महत्त्वाच्या क्रमाने त्यांची मांडणीही करते, जेणेकरून त्या व्यक्तीला सर्वात जास्त रूची असलेल्या मुद्यांचे पत्र लगेच सुरू होते. महत्त्वाच्या माहितीच्या प्रस्तावनेपासून हळूहळू पुढे जाण्याऐवजी, ती ताबडतोब मुद्दा दर्शवते आणि नंतर संबोधित करणे आवश्यक असलेल्या अतिरिक्त मुद्यांचे वर्णन करते.

उदाहरणार्थ, अक्षरे सहसा याने सुरू होतात, 'आम्हाला तुमचे पत्र प्राप्त झाले आहे, ज्यामध्ये तुम्हाला आमच्या मॉडेल नंबर १७५४ इत्यादीबद्दल माहिती देण्याची विनंती केली आहे.' आदी. डेबोराने तिच्या पत्राची सुरुवात अशी केलीः 'होय, आमचा मॉडेल क्रमांक १७५४ तुमची समस्या सोडवेल,' आणि मग त्याने पुरावे दिले. पत्राचा शेवट सहसा होतो, 'तुमच्या विनंतीबद्दल धन्यवाद.' डेबोराने तिच्या पत्राचा शेवट असा केला की, 'आम्ही तुमच्या ऑर्डरची वाट पाहत आहोत.' हे विधान विनंतीला थेट आणि प्रगतीशील प्रतिसाद आहे आणि त्यांच्या समोरील व्यक्ती लगेच सकारात्मक काम करण्याची प्रेरणा मिळते.

संदेशाचा विचार कराः

एक चांगला नियम म्हणजे एक शब्द लिहिण्यापूर्वी आपल्याला काय म्हणायचे आहे याची काळजीपूर्वक योजना करणे. ही सोपी प्रक्रिया पत्र किंवा मेमोचे नियोजन करण्यात मदत करेल. हे आपल्याला लिहायला सुरूवात करण्यापूर्वी आपण काय लिहावे याचा स्पष्टपणे विचार करू देते.

परिस्थितीचा विचार कराः मी हे का लिहित आहे?

कार्यः मला काय प्राप्त करायचे आहे ?

फायदाः वाचकांचा यामुळे काय फायदा होणार आहे ?

या प्रश्नांचा विचार करा. उत्तरे नोटबुकमध्ये लिहा. लिहिण्यापूर्वी विचार केल्याने आपल्याला कोणता संदेश द्यायचा आहे याची कल्पना येते. ही यादी आपण ज्या परिस्थितीबद्दल लिहित आहोत, त्याबद्दलची सर्व माहिती व्यवस्थित करण्यात मदत करेल; आपल्याला काय करायचे आहे, ते कसे हाताळायचे आहे आणि आपल्या वाचकांना या कृतींचा कसा फायदा होईल हे ते स्पष्ट करेल.

पूर्ण, संक्षिप्त आणि स्पष्ट व्हाः एखादे अक्षर संक्षिप्त असताना पूर्ण आणि स्पष्ट कसे असू शकते? अनेक लेखक पत्र किंवा मेमोमध्ये बरीच अनावश्यक सामग्री समाविष्ट करतात. जेव्हा एनरिक लॅटिन अमेरिकेच्या व्यावसायिक सहलीवरून परतला तेव्हा त्याने दहा पानांचा मोठा अहवाल सादर केला. त्याची माहिती नक्कीच पूर्ण होती, परंतु त्याने जे काही लिहिले ते बहुतेक कथांच्या श्रेणीत येते, ज्याचा त्याच्या ध्येयाशी काहीही संबंध नव्हता. त्याच्या प्रवासाच्या उद्देशावर लक्ष केंद्रित करण्याऐवजी, त्याने जे पाहिले आणि ऐकले ते सर्व लिहून ठेवले. एखादे लांब पत्र किंवा अहवाल लिहिण्यापूर्वी, हे प्रश्न विचाराः

'कोणत्या महत्त्वाच्या मुद्यांवर चर्चा करायची आहे?'

'मी हे मुद्दे सर्वात संक्षिप्त स्वरूपात कसे मांडू आणि शक्य तितक्या स्पष्टपणे सर्व माहिती कशी देऊ शकेन?'

पहिला मसुदा लिहिल्यानंतर प्रत्येक वाक्य पुन्हा वाचा आणि विचाराः 'या वाक्याची खरोखर गरज आहे का?'

अपरिचित भाषा टाळाः गॅरी पत्र वाचत असताना गोंधळून गेला. लेखक 'ओईएम' चा काय अर्थ आहे. लेखकाने चुकून असे गृहीत धरले की गॅरीला माहित आहे की ओईएमचा अर्थ 'मौलिक उपकरण निर्माता'(फोरिजनल इक्विपमेंट मॅन्युफॅक्चरर). या गैरसमजामुळे तो यशस्वी संदेश देऊ शकला नाही. लहान नाव, संक्षिप्त नाव, संक्षिप्त रूप आणि इतर अपरिचित शब्दांचा वापर योग्य आहे, जेव्हा आपण त्यांच्याशी परिचित असलेल्या लोकांशी संवाद साधत असतो. प्रत्येकाला त्याचा अर्थ कळतो असे कोणीही गृहीत धरू नये.

पण समोरची व्यक्ती ज्या क्षेत्रात काम करते, तिथे प्रचलित शब्द वापरून वाचकावर चांगली छाप पाडता येते.

लहान पण प्रभावी वाक्ये वापरा : जर आपण जटिल, बहु-वाक्प्रचार वाक्ये लिहिली तर आपल्या उत्कृष्ट वक्तृत्वाने आपण प्रभावित होऊ शकतो, परंतु आपल्या पत्राचा वाचक आपल्याला काय म्हणायचे आहे हे सहज समजणार नाही. एक साधे घोषित वाक्य बहुतेक वेळा सर्वोत्तम असते. असे म्हणू नकाः 'या क्षेत्रातील संशोधनाच्या प्रकाशात, आमचे असे मत आहे की आपण आयोजित करत असलेल्या कार्यक्रमामुळे या प्रशिक्षणात उपस्थित असलेल्या कर्मचाऱ्यांची लेखन क्षमता सुधारेल.' त्याऐवजी म्हणा 'हा कार्यक्रम तुमच्या कर्मचाऱ्यांना अधिक चांगले कसे लिहायचे ते शिकवेल.

तथापि, सर्व वाक्ये एका वाक्यात तयार करू नका. यामुळे अक्षर नीरस होईल. संक्षिप्त आणि प्रभावी होय; साधे आणि अवजड नाही. वृत्तपत्रातील लेखाच्या मथळयाप्रमाणे कॅप्सूल स्वरूपात महत्त्वाचे मुद्दे ठेवा; योग्य असल्यास, त्यांच्यासह अधिक वैविध्यपूर्ण शब्द वापरून विवरण द्या.

मुद्यांचं बोलाः जटिल वाक्य रचना किंवा फालतू वक्तृत्व टाळा. संदेश शक्य तितका संक्षिप्त ठेवा; पण ते प्रभावी बनवा. मुद्दे वेगळे करण्याचा एक मार्ग म्हणजे ते बुलेटिनमध्ये लिहिणेः

* मुख्य मुद्याला हेडलाइन करा-ठळक प्रिंट वापरा.
* पत्र किंवा मेमोचा संदेश प्रत्येक मुद्यासाठी स्वतंत्र विभागांमध्ये खंडित करा.
* प्रमुख मुद्दे हायलाइट करण्यासाठी तारका (') किंवा बुलेट (*) वापरा.
* आपल्या शब्दांचा प्रभाव वाढवण्यासाठी आलेख तयार करा, जेथे योग्य असेल तेथे चार्ट किंवा इतर व्हिज्युअल साधनांचा वापर करा.

वाचकासोबत बोलाः आपण ज्या पद्धतीने बोलतो, त्याच पद्धतीने लिहिल्यास संदेश वाचकाला अधिक स्पष्ट होईल आणि तो तो अधिक सहजतेने स्वीकारेल. अशी कल्पना करा की ते पत्र किंवा अहवाल वाचणारी व्यक्ती आपल्या कार्यालयात बसली आहे किंवा आपण त्याच्याशी फोनवर बोलत आहोत. अनौपचारिक व्हा, आराम करा. आपण सहसा वापरतो त्या शैली, शब्दसंग्रह, टोन, मुहावरे आणि अभिव्यक्तींमध्ये संवाद साधा.

आपण सामान्यतः असे म्हणत नाही की, 'तुम्हाला माहीत आहे म्हणून...' किंवा 'आम्ही आपल्याला कळवू इच्छितो की आमच्या प्लाटमध्ये

अपघाती आणि अचानक आग लागल्याने तुमची ऑर्डर पाठवण्यास दहा दिवसांचा विलंब होऊ शकतो.' त्याऐवजी आपण थेट संदेश पाठवतोः 'आमच्या प्लांटला लागलेल्या आगीमुळे तुमची ऑर्डर दहा दिवस उशिरा पाठवली जाईल.' मग असे का लिहू नये ?

थेट प्रश्न विचाराः संभाषणे एकतर्फी नसतात. एक व्यक्ती बोलतो आणि नंतर दुसरी व्यक्ती उत्तर देते, अनेकदा प्रश्न विचारून. 'हो, पण याचा गुणवत्तेवर कसा परिणाम होईल?' पत्रात प्रश्न विचारून, आपण वाचकांचे लक्ष विशिष्ट मुद्यांकडे वेधतो. एक मुद्दा स्पष्ट केल्यानंतर, एक संबंधित प्रश्न विचारा जसे की, 'तुमच्या संगणकावर हे सॉफ्टवेअर स्थापित केल्याने तुम्हाला कोणते अतिरिक्त फायदे मिळू शकतात?' हे वाचकांना त्यांच्या गरजा लक्षात घेऊन आपल्या संदेशावर विचार करण्यास अनुमती देते.

जसे बोलता तसे लिहाः बोलतांना आपण माझा, आम्ही आणि तुम्ही याचा अधिक उपयोग करता. हे संभाषणांच्या देवाणघेवाणीचा भाग आहे. लिहिताना आपला कल अधिक औपचारिक असतो. आपण वाक्ये वापरतो जसे की, 'याचा विचार केला जातो,' 'याची शिफारस केली जाते....' किंवा वाक्ये जसे कीः 'याची चौकशी केली जाईल आणि पूर्ण झाल्यावर तुमच्या संस्थेला अहवाल उपलब्ध करून दिला जाईल.' फक्त असे का म्हणू नयेः 'आम्ही या प्रकरणाचा तपास करत आहोत आणि आम्हाला माहिती मिळताच, आम्ही तुम्हाला कळवू.

'पत्र अधिक वैयक्तिक बनवा. पत्रात पार्टीचे नाव लिहा. जर समोरचा मित्र असेल तर आपण प्रत्यक्ष नावाचा वापर करू शकतो. जर ते फक्त व्यवसाय किंवा व्यावसायिक परिचयातील असतील तर, योग्य पत्ता वापरा (श्री, श्रीमती, कुमारी, डॉ. इत्यादी) आणि नंतर आडनाव लिहा. असे लिहू नका, 'हे उत्पादन वापरून कंपनीला फायदा होईल. त्याऐवजी, लिहा, 'बेथ (किंवा मिस स्मिथ), हे उत्पादन वापरून तुम्हाला कसा फायदा होईल ते तुम्ही पहा.'

लहान, उत्साही वाक्ये वापराः सामान्य वाचक काही शब्द ऐकतात आणि नंतर काही काळ डोळे विस्फारतात. जर एखाद्या वाक्यात खूप शब्द असतील, तर त्याचा पूर्ण अर्थ न समजण्याचा धोका असतो. अभ्यास दर्शविते की वाक्ये वीस पेक्षा कमी शब्द वाचणे आणि प्राप्त करणे सर्वात सोपे आहे. लहान वाक्यांमध्ये, एक विचार कोठे संपतो आणि दुसरा विचार कुठे सुरू होतो हे

पुरेसे स्पष्ट आहे. ते कल्पनेपुरतेच मर्यादित ठेवा. लक्षात ठेवा, आपला उद्देश आहे विचार वाचकापर्यंत पोहोचवणे. अमर गद्यरचना करणे नाही. मोठ्या शब्दांऐवजी लहान शब्द वापरणे देखील उपयोगाचे ठरते.

अर्थातच, तांत्रिकदृष्ट्या प्रशिक्षित लोकांनी तांत्रिक विषयांवर लिहिताना तांत्रिक भाषेचा वापर करणे उचित आहे. परंतु जेव्हा आपण त्या क्षेत्रातील पार्श्वभूमी नसलेल्या लोकांना पत्र लिहितो तेव्हा, तांत्रिक भाषा आणि गुंतागुंतीचे शब्द टाळा.

शब्दांना योग्य मानवी स्पर्श द्याः आपल्या नैसर्गिक भावना सांगितल्याने संदेश वैयक्तिक बनतो. जर ही चांगली बातमी असेल तर सांगा की आपण आनंदी आहोत; बातमी वाईट असल्यास, आम्हाला माफ करा म्हणा. आपण विनम्र, सभ्य आणि आनंदी असले पाहिजे जसे की दुसरी व्यक्ती आपल्या समोर आहे. लक्षात ठेवा की हे पत्र वाचणारी व्यक्ती एक माणूस आहे आणि भावनाविरहित पत्र त्याला चिडवेल, तर एक सभ्य आणि मैत्रीपूर्ण पत्र त्याला आनंदित करेल.

पत्रांना आणि मेमोंना संस्मरणीय बनवाः मेमो आणि पत्रे एका अर्थाने 'दृश्यात्मक' असतात. परंतु वाचताना ते ऑडिओ उपकरण बनतात. ते वाचून आपण माहिती आत्मसात करतो. मेंदूला ही माहिती त्याच प्रकारे प्राप्त होते ज्या प्रकारे तो ऐकतो त्या शब्दांवर उपचार करतो. जेव्हा मेमो आणि पत्रांमध्ये दृश्यमानता वाढते, तेव्हा ते अधिक प्रभावी होतात. बहुतेक लोक डेटाचा स्तंभ वाचण्याऐवजी आलेख किंवा चार्ट पाहणे पसंत करतात. माहितीचे ग्राफमध्ये रूपांतर होण्यासाठी काही वेळ लागतो, परंतु त्यामुळे मेमो आणि अहवालांचा प्रभाव मोठ्या प्रमाणात वाढतो. ज्यांना आकडेवारी वाचायला आवडते, त्यांनी केसची आकडेवारी देण्यास विसरू नका. रेखाचित्रे, फोटो किंवा इतर चित्रे वापरल्यास, मेमो एक बहु-सेन्स ब्रॉडकास्ट बनतो. आज अनेक कॉम्प्युटर प्रोग्रॅम सहजपणे आलेख किंवा चार्टमध्ये डेटा रूपांतरित करू शकतात. जेव्हा तक्ता रंगीत असतो तेव्हा त्यांचा प्रभाव अधिक वाढतो. जेव्हा चित्रे किंवा स्केचेस समाविष्ट करणे योग्य नसते तेव्हा मेमोमध्ये शब्दचित्र वापरा. कामगारांनी नोकरी सोडल्याबद्दल लिहिलेले दोन मेमो पाहू.

पहिला मेमोः 'शिपिंग विभागातील मोठ्या संख्येने लोक त्यांच्या नोकऱ्या सोडत आहेत यामुळे जहाज कामगारांवर कामाचा ताण वाढला आहे, ज्यामुळे

अपघात, थकवा, आजारपण आणि अधिक राजीनामे होतात. यामुळे ऑर्डर पाठवली जात नाहीत.' आणि ग्राहकांच्या तक्रारी वाढत चालल्या आहेत.

आता शब्दचित्रांचा वापर करूयाः 'मी आज सकाळी शिपिंग विभागात गेलो. दहा लोकांच्या संपूर्ण कर्मचाऱ्यांच्या ऐवजी फक्त सहा लोक काम करत होते. त्यांना ऑर्डरची पूर्तता करण्यासाठी प्रचंड दबावाखाली काम करण्याचा प्रयत्न करत होते. काल त्यांना दहा तास लागले होते आणि त्यांच्या चेहऱ्यावरील हावभाव आणि कामाच्या शैलीतून थकवा स्पष्ट दिसत होता. एका तुरळक अपघातामुळे एक माणूस लंगडा झाला होता. मी तिथे गेलो तेव्हा तीन ग्राहकांनी त्यांच्या ऑर्डर वेळेवर का येत नाहीत याची तक्रार करण्यासाठी फोन केला.

पहिल्या मेमोने तथ्य सांगितले, परंतु दुसऱ्या उदाहरणाने त्या मेमोच्या वाचकाला परिस्थिती 'पाहण्याची' संधी दिली. जेथे योग्य असेल तेथे व्हिज्युअल आणि शब्दचित्र वापरण्याने आपला संवाद मौखिक आणि लिखित-अधिक स्पष्ट आणि नाट्यमय हाईल.

व्याकरण आणि शुद्धलेखनाचा विचार कराः आपले व्याकरण, वाक्यरचना आणि शुद्धलेखनाच्या चुका सुधारण्यासाठी आपण नेहमीच सचिवावर अवलंबून राहू शकत नाही. आज अनेक व्यवस्थापकांकडे सचिव किंवा प्रशासकीय सहाय्यकही नाहीत. त्यांना स्वतःची पत्रे लिहावी लागतात. आपले व्याकरण किंवा शब्दलेखन कमकुवत असल्यास. त्यामुळे सर्जनशील पुनरावलोकने आणि सूचनांसाठी सहकाऱ्याला तुमचा 'संपादक' बनवा. एखाद्या शब्द प्रक्रिया कार्यक्रमातील 'स्पेलचेक' सुविधेमुळे मदत होऊ शकते. कारण हा प्रोग्राम बहुतेक टायपिंग चुका आणि चुकीचे शब्द शोधतो, परंतु तरीही आपण संपूर्ण दस्तऐवज पुन्हा वाचला पाहिजे. स्पेलचेक सगळ्याच चुका शोधू शकत नाही. जरी आपण सचिव असलेल्या भाग्यवान लोकांपैकी एक असलो तरी, असे असले तरी आपण सर्व काही तपासले पाहिजे, ज्यावर आपण स्वाक्षरी करून बाहेर पाठवतो.

पत्राचा शेवट करणेः एखाद्या पत्र किंवा मेमोचा शेवटचा परिच्छेद लिहिण्यापूर्वी, आपल्याला काय साध्य करायचे आहे याचे पुनरावलोकन करा. जर हे पत्र माहितीच्या विनंतीला प्रतिसाद देत असेल, तर आपण विनंती केलेली माहिती दिली आहे का ? जर पत्राचा हेतू प्राप्तकर्त्याला काहीतरी करायला लावायचा असेल, तर आपल्याला काय हवे आहे हे आपण स्पष्ट केले आहे का ?

लक्षात ठेवा की शेवटचा परिच्छेद हा आपला मुद्दा मांडण्याची आपली शेवटची संधी असते. एखाद्या चांगल्या विक्रेत्याप्रमाणेच कर्मचारी नेहमी त्याच्या विक्री कॉल किंवा विक्री पत्राच्या शेवटी ऑर्डर मागतो. तसेच प्रत्येक चांगल्या पत्रलेखकाने पत्राच्या शेवटी जे काम समोरच्या व्यक्तीने पत्रात नमूद केले आहे तेच करावे असा आग्रह धरला पाहिजे. थँक्सगिव्हिंग नेहमीच चांगले असते, परंतु ते स्वतःच पुरेसे नसते. 'संलग्न देखभाल करारावर स्वाक्षरी केल्याबद्दल आणि ते परत केल्याबद्दल धन्यवाद' असे म्हणण्यापेक्षा 'तुही लक्ष दिल्याबद्दल धन्यवाद' असे पत्र समाप्त करणे चांगले आहे, जे तुम्हाला पुढील बारा महिने काळजी न घेता तुमचे मशीन राखण्यास अनुमती देईल.

पत्र लेखन सुधारले जाऊ शकते, जर आपण आपल्या पत्राची योजना बनवा आणि वर सांगितलेल्या सुचनांचे पालन करून प्रत्येक पत्र लिहा. म्हणजे आपला संदेश सहज परंतु जोरदार पद्धतीने पोहचला जाईल.

येणाऱ्या पत्रांचा निपटारा करणे: या पुस्तकात आधी सांगितल्याप्रमाणे, संवाद हा दुतर्फी रस्ता आहे. आपण केवळ माहितीच पाठवत नाही तर माहिती घेतो. तोंडी संवाद प्रभावीपणे कसा मिळवायचा हे आपण मागील धड्यांमध्ये शिकलो आहोत. आम्ही लेखी संदेश कसे प्राप्त करू ? हे देखील महत्त्वाचे आहे.

पत्रे वाचणे आणि त्यांना प्रतिसाद देणे यासाठी खूप वेळ आणि शक्ती लागू शकते.

रोज सकाळी जेव्हा डॉन एम. येणाऱ्या पत्रांची टोपली रिकामी करीत, प्रत्येक पत्र, मेमो, ब्रोशर आणि इतर वस्तू वाचून काढत आणि काळजीपूर्वक चार नीटनेटक्या ढिगाऱ्यांमध्ये गोळा करून ठेवत. पहिल्या ढीगात ते पत्र आणि मेमो ठेवत असे ज्यांना त्वरित प्रतिसाद आवश्यक होता. दुस-या ढिगाऱ्यात पत्रे होती ज्यासाठी त्यांना अतिरिक्त माहितीची आवश्यकता होती किंवा एखाद्या अधिनस्थ व्यक्तीला दिली जाऊ शकते. तिसऱ्या ढिगाऱ्यात ती पत्रे आली, ज्यावर त्यांना कोणतेही काम करावे लागत नव्हते, ते फक्त वाचून फाईलमध्ये ठेवले होते आणि चौथा ढीग कचरा मेलचा होता, जो ताबडतोब कचरापेटीत टाकला जाऊ शकतो.

त्यांच्या पत्रव्यवहाराला ते रोज सोयीच्या वेळी उत्तरे देत असत. त्यावेळी योग्य उत्तर देण्यासाठी ते प्रत्येक पत्र पुन्हा वाचत असत. दिवसाच्या इतर वेळी, तो मेमो आणि पत्रांचा आणखी एक ढीग पुन्हा वाचायचा, आवश्यक माहिती

मिळवायचा किंवा दुसऱ्याला सोपवायचा. पत्रांचा तिसरा ढीग त्याने आधीच वाचला असल्याने, त्याच्याकडे काहीही नव्हते, ते सेक्रेटरीला फाइल करण्यासाठी देण्यात आले.

डॉनच्या कामकाजाचा बराचसा दिवस पत्रव्यवहाराचे प्रत्येक पत्र वाचण्यात आणि पुन्हा वाचण्यात गेला. याला आपण अधिक प्रभावीपणे सामोरे जाऊ शकतो.

पत्र किंवा मेमो एकदाच वाचा आणि त्वरीत कार्य करा

प्रथमच पत्र वाचताना, उत्तरासाठी आवश्यक असलेले मुख्य मुद्दे पोस्ट-स्लिपवर लिहा. मग लिहिताना किंवा आपले उत्तर लिहून घेताना, आपल्याला संपूर्ण पत्र पुन्हा वाचण्याची गरज नाही. हे प्रत्येक अक्षरासाठी दोन ते तीन मिनिटे वाचवू शकते, परंतु जर आपण एका दिवसात ३० अक्षरांना प्रतिसाद दिला, तर हे उपाय ९० मिनिटे वाचवते, जे अधिक उपयुक्त प्रकरणांमध्ये वापरले जाऊ शकते.

पत्र किंवा मेमोसाठी समान धोरण अनुसरण करा ज्यामध्ये आपल्याला अतिरिक्त माहिती आवश्यक आहे. प्रथमच वाचताना, कोणती माहिती आवश्यक आहे, ती कोठून मिळवता येईल, हे काम कोणाला सोपवायचे आहे आणि काही संबंधित सूचना देणे आवश्यक आहे का ते लिहा.

मेमोच्या प्रतिसादात नवीन मेमो लिहू नकाः आपल्याला दुसऱ्या विभाग व्यवस्थापकाकडून एक मेमो मिळतो ज्यामध्ये आपल्याला सूचीबद्ध वस्तूंचे वर्तमान आणि स्टॉक क्रमांक विचारले जातात. सहसा आपण प्रतिसादात एक नवीन मेमो लिहितोः 'तुमच्या विनंतीनुसार मालाच्या वर्तमान आणि स्टॉक नंबरची यादी खालीलप्रमाणे आहे. नंतर आम्ही सर्व काही नाव आणि स्टॉक नंबर आणि हात क्रमांकाने लिहितो.

आपण लिहिल्यास ते अधिक प्रभावी होते, जर आपण मूळ मेमोवर वस्तूचे नाव आणि स्टॉक नंबर नंतर सध्याचा क्रमांक लिहिला तर. यामुळे बराच वेळ वाचतो आणि उद्देशही पूर्ण होतो. अनेक प्रकरणांमध्ये कॉपीची आवश्यकता देखील नसते, परंतु आवश्यक असल्यास, डेटा रेकॉर्ड केल्यानंतर मूळ मेमोची एक छायाप्रत मिळवा. हेच धोरण संस्थेच्या बाहेरील पत्रांना उत्तर

देताना पाळले जाऊ शकते. जर समोरच्याने विचारलेल्या प्रश्नाचे उत्तर एका वाक्यात दिले जाऊ शकते. शक्य असल्यास, पत्राच्या तळाशी उत्तर लिहा आणि ते प्रेषकाला परत करा. तथापि, जर कंपनीचे अधिक औपचारिकपणे प्रतिसाद देण्याचे धोरण असेल, तर पत्र लिहिण्यासाठी वेळ घ्या. आपण ग्राहकांना किंवा लोकांसमोर जी प्रतिमा सादर करतो, काहीवेळा ती वेळ वाचवण्यापेक्षा जास्त महत्त्वाची असते.

पत्रव्यवहार हस्तांतरित करा: अनेकदा पत्र किंवा मेमोमध्ये मागितलेली माहिती, आपल्याला ती एखाद्या अधिनस्थ व्यक्तीकडून मिळवावी लागते. केवळ अधिनस्थ व्यक्तीकडून माहिती घेण्याऐवजी उत्तर लिहिण्याची संपूर्ण जबाबदारी त्या व्यक्तीवर सोपवा. यामुळे केवळ आपला वेळच वाचवत नाही तर अधिनस्थांना कार्य पूर्ण करण्यासाठी मौल्यवान अनुभव देखील देते. सुरुवातीपासून शेवटच्या मुद्यांपर्यंत पत्र वाचल्यानंतर स्वाक्षरी करण्याचा सल्ला दिला जातो, परंतु अधिनस्थ त्या क्षेत्रांशी अधिक परिचित झाल्यामुळे, आपल्याला त्यांना उत्तर देण्याची आवश्यकता नाही.

ते फेकून द्या: इतर विभाग आपल्याला माहिती देण्यासाठी अनेक पत्रे आणि मेमो पाठवतात. त्यांच्या बाबतीत आपल्याला काहीही करण्याची गरज नाही. आपल्याला त्यांना पुन्हा भेटण्याची गरज नाही. त्यांना फाईलमध्ये ठेवू नका, फक्त त्यांना हटवा ! असे करणे अनेक कंपन्यांमध्ये धक्कादायक ठरेल, परंतु असे मेमो हातात ठेवण्यात काय अर्थ आहे ? त्या डिलीट केलेल्या फाईलची कधी गरज भासली तर.. ज्याने ती लिहिली आहे आणि ज्याला मूळ फाईल मिळाली आहे, ते आपल्याला त्याची एक प्रत देऊ शकतात. कामाची गरज नसलेली पत्रे आणि मेमो हटवल्याने आपला वेळ वाचतोच, पण त्यामुळे आपल्या लिपिकांचा वेळही वाचतो आणि फाइल कॅबिनेटही थोडे रिकामे राहतात.

ईमेल स्फोट: आपण सामान्य पत्रे आणि मेमो लिहिण्याकडे जसे लक्ष देतो तसे ईमेल लिहिण्याकडेही लक्ष दिले पाहिजे. लक्षात ठेवा, ईमेल हा लेखी संवादाचा एक प्रकार आहे. अनेकजण याला पत्राऐवजी फोन कॉलचा पर्याय मानतात, त्यामुळे ते स्टाईल किंवा सामग्रीची पर्वा न करता पटकन त्यांचे संदेश पाठवतात. फोनवर विपरीत, ईमेल इलेक्ट्रॉनिक किंवा प्रिंटआउट म्हणून ठेवता येते, म्हणून ते काळजीपूर्वक नियोजित आणि संरचित केले पाहिजे.

आजकाल ऑफिसमधील आणि बाहेरील बहुतांश संवाद हे ईमेलद्वारे होत आहे. अन्र्स्ट अँड यंगने केलेल्या सर्वेक्षणात असे आढळून आले की ३६ टक्के लोक फोनसहित इतर कोणत्याही संपर्क साधनापेक्षा ईमेलचा अधिक वापर करतात.

आजकाल बरेच व्यवस्थापक, विशेषतः तरूण पिढी, मोबाईलवरून एसएमएस (शॉर्ट मेसेज सर्व्हिस) नावाच्या मजकूर संदेशांचा वापर ईमेल व्यतिरिक्त किंवा त्याऐवजी करतात. एकविसाव्या शतकाच्या पहिल्या दशकात व्यावसायिक कारणांसाठी एसएमएसचा वापर मोठ्या प्रमाणात वाढला. एसएमएसचे काही व्यावहारिक उपयोग म्हणजे त्रासदायक सूचना पाठवणे (उदा. फोन सिस्टम बंद आहे'), वस्तू किंवा इतर गोष्टींच्या आगमनाची पुष्टी करणे आणि सेवा पुरवठादार आणि ग्राहक (उदा. स्टॉक ब्रोकर आणि गुंतवणूकदार) यांच्यात जलद संवाद स्थापित करणे.

अधिक तपशीलवार माहितीसह एसएमएस पाठवण्यासाठी, प्रभावी ईमेल पाठवण्यासाठी येथे दिलेल्या टिप्सचे अनुसरण करा.

ईमेलला रोमांचक, अर्थपूर्ण आणि मनोरंजक बनवा: तुम्हाला चांगले ईमेल आणि एसएमएस लिहिण्यास मदत करण्यासाठी येथे काही टिपा आहेत.

* काय लिहायचे आहे याचा काळजीपूर्वक विचार करा. जर संदेश सामान्य गॉसिपपेक्षा जास्त असेल तर, औपचारिक पत्राप्रमाणे काळजीपूर्वक त्याची योजना करा. जर आपण सूचना देत आहोत, तर वाचकांना आपण नेमके काय विनंती करत आहोत हे समजले पाहिजे. आपण एखाद्या चौकशीला प्रतिसाद देत असल्यास, विचारलेल्या प्रश्नांची समाधानकारक उत्तरे देण्यासाठी आपण सर्व आवश्यक माहिती गोळा केली असल्याची खात्री करा.
* ईमेलचा विषय अर्थपूर्ण असावा. समोरच्या व्यक्तीला डझनभर, अगदी शेकडो ईमेल संदेश प्राप्त होऊ शकतात. आपला संदेश व्यवस्थित वाचला गेला आहे याची खात्री करण्यासाठी, 'विषय ओळ' मध्ये एक विषय टाइप करा जो तुमच्या समोरच्या व्यक्तीसाठी अर्थपूर्ण असेल. उदाहरणार्थ, 'जून २५ च्या तुमच्या ईमेलला प्रतिसाद म्हणून' ऐवजी

ईमेलमध्ये समाविष्ट केलेली माहिती (उदा. 'जून विक्रीची आकडेवारी') उद्धृत करा.

* पत्रे आणि मेमो लिहिण्याबाबत या प्रकरणा आधी ज्या टिपा देण्यात आल्या आहेत, त्यांचे अनुसरण करा. टीबी धोरण वापरा. लहान प्रभावी वाक्ये लिहा. स्पष्ट, संक्षिप्त आणि पूर्ण व्हा. टू द पॉइंट आणि थोडक्यात.
* जर ईमेलसह फाइल्स संलग्न केल्या जात असतील, तर कोणत्या फाइल्स संलग्न केल्या जात आहेत ते लिहा, जेणेकरून वाचकांना खात्री देता येईल की सर्व फाइल्स आल्या आहेत.
* संक्षेप, अपरिचित शब्द किंवा शॉर्टकट वापरू नका जोपर्यंत आपल्याला खात्री आहे की तुमच्या समोरची व्यक्ती त्यांना समजत आहे.
* संदेश काळजीपूर्वक वाचा आणि 'आता पाठवा' वर क्लिक करण्यापूर्वी शब्दलेखन तपासा. जर तुम्ही संदेशाने समाधानी नसाल तर तो पाठवू नका. नंतर पाठवण्यासाठी मसुदा म्हणून सुरक्षित ठेवा. त्याचे पुनरावलोकन करा आणि नंतर ते पुन्हा लिहा. ते पाठवण्यापूर्वी ते पूर्णपणे अचूक असल्याची खात्री करा.

ईमेलचा पूरः फार कमी लोक ईमेलच्या अशा जबरदस्त दबावाखाली राहतात की ते वाचायला त्यांच्याकडे वेळ नसतो. कारण ते वाचायला लागले तर त्यांना दुसरे काम करता येणार नाही. बऱ्याच कंपन्यांमधील कर्मचारी संगणकावर विनोद, वैयक्तिक संदेश, ऑफर 'माझ्याकडे सहा गोंडस मांजरीचे पिल्लू घर शोधत आहेत' आणि बहुतेक लोकांसाठी सामान्यतः बिनमहत्त्वाची माहिती ईमेल करण्यात बराच वेळ घालवतात. काही कंपन्या या संदेशांसाठी विशेष 'वर्गीकृत जाहिरात' किंवा बुलेटिन बोर्ड ईमेल पत्ता तयार करून नियमित ईमेलमध्ये अशा पूर किंवा अवांछित मेलिंग कमी करतात.

ईमेल पुराचे दुसरे उदाहरण म्हणजे जेव्हा कोणी संपूर्ण मेलिंग सूचीवर ईमेल पाठवते. फक्त काही लोक त्या यादीत त्या माहितीची गरज होती. उदाहरणार्थ, जेव्हा काही लोक एक दिवस सुट्टी घेतात, तेव्हा ते 'प्रत्येकजण' यादीमध्ये त्याची घोषणा करतात आणि ३५ लोकांना माहिती पाठवतात, परंतु या माहितीची आवश्यकता नसते. प्रत्यक्षात फक्त पाच किंवा सहा

लोकांची गरज होती. कदाचित त्यांना त्यांच्या आत्म-महत्त्वाची जाणीव करून देण्यासाठी असे करतात. किंवा या गोष्टीची अधिक शक्यता असते की प्रत्येकाला संदेश पाठवणे अधिक सोपे जाते. कदाचित त्यांना सत्य कोणाला सांगावे आणि फक्त त्यांच्या नावावर क्लिक करावे याचा विचार करणे कठीण आहे. ईमेलला प्रत्युत्तर देताना, प्रत्येकाला उत्तर माहित असल्याशिवाय 'सर्वांना उत्तर द्या' वर क्लिक करू नका.

ईमेल्सच्या महापूरामुळेच एखादा महत्त्वाचा संदेश दुर्लक्षित केला जाऊ शकतो किंवा तो अनावधानाने हटवला जाऊ शकतो. त्यामुळे समोरच्या व्यक्तीला ईमेलबद्दल माहिती देण्यास सांगा. गुंतलेल्या समस्यांना खूप महत्त्व असल्यास, संदेश वितरीत आणि समजला आहे याची खात्री करण्यासाठी कॉल करा.

माझा ईमेल कोण वाचू शकेल ?

आपला ईमेल किती खाजगी आहे ? जास्त नाही. अर्थातच आपल्याकडे पासवर्ड आहेत आणि आपण असे गृहीत धरू शकतो की यामुळे आपली गोपनीयता सुनिश्चित होते, परंतु हॅकर्सनी हे दाखवून दिले आहे की ते अगदी आधुनिक सिस्टीममध्ये देखील सहजपणे एक्सेस करू शकतात. गोपनीयता आवश्यक असल्यास, आपण ईमेल पाठवू नये.

लक्षात ठेवा, कंपनीच्या संगणकावरून पाठवलेला प्रत्येक ईमेल कंपनीद्वारे पाठविला जात नाही, गेल्या काही वर्षांमध्ये अशी प्रकरणे घडली आहेत की कर्मचाऱ्यांना त्यांच्या ईमेलने कंपनीच्या नियमांचे उल्लघन केल्यामुळे काढून टाकण्यात आले आहे. गोपनीयतेच्या उल्लंघनाचे कर्मचाऱ्यांचे दावे न्यायालयाने फेटाळून लावले आहेत.

अधिक गंभीर प्रकरणे कर्मचाऱ्यांची आहेत, ज्यांनी त्यांच्या संदेशांमध्ये लैंगिक किंवा वांशिकदृष्ट्या अयोग्य टिप्पण्या किंवा विनोद समाविष्ट केले आहेत. अशा ईमेलच्या प्रिंटआउट्स कर्मचाऱ्यांच्या कंपन्यांविरूद्धच्या खटल्यांमध्ये पुरावा म्हणून रोखून धरल्या गेल्या आहेत. त्यानंतर कंपनीच्या अधिकाऱ्यांना मेसेजची माहिती देण्यात आली नव्हती. यानंतर, ज्यांनी संदेश पाठवला त्यांना डिसमिस केले गेले, तसेच दोषी कर्मचारी आणि कंपनी या दोघांविरूद्ध कायदेशीर कारवाईही करण्यात आली.

ईमेल करा किंवा कॉल करा किंवा वैयक्तिक भेट द्या

अनेक लोक कॉल करण्याऐवजी किंवा वैयक्तिकरित्या जाण्याऐवजी ईमेल करतात. ईमेल करणे बऱ्याचदा सोपे असते. आपल्याला आपल्या डेस्कवरून उठण्याची देखील गरज नाही आणि फोनपेक्षा कमी वेळ लागतो. प्रकल्पाबद्दल लांबलचक संभाषणे किंवा तुरळक चर्चेत वेळ वाया जात नाही. फक्त मूलभूत संदेश पाठवल्याने काम पूर्ण होते, परंतु अनेकदा लहान संभाषणे आणि साधक-बाधक संवाद महत्त्वाचे असतात. याव्यतिरिक्त, आपल्याला फोनवर त्वरित अभिप्राय मिळतो. हे केवळ संदेश स्पष्ट करत नाही, परंतु हे देखील सुनिश्चित करते की आपण आणि इतर व्यक्ती दोघांनाही ते मुद्दे सारखेच समजले आहेत.

फोन आणि वैयक्तिक संपर्कासाठी ईमेलला पर्याय बनवू नका. ज्या लोकांशी आपण नियमितपणे व्यवहार करतो त्यांच्याशी फोनवर किंवा समोरासमोर संपर्क केल्याने एक मजबूत वैयक्तिक कनेक्शन तयार होते, जे जवळीकता निर्माण करण्यासाठी आणि राखण्यासाठी खूप महत्वाचे आहे.

इलेक्ट्रॉनिक मेसेजेसमधील काय करावे आणि काय करू नये याचा सारांश

१. ईमेल आणि एसएमएस संदेशांची काळजीपूर्वक योजना करा.
२. कृपया 'पाठवा' वर क्लिक करण्यापूर्वी तुमचे संदेश वाचा आणि पुन्हा वाचा.
३. जेव्हा संदेशाला उत्तर देण्याची आवश्यकता नसते तेव्हा त्या व्यक्तीला कळू द्या. यामुळे तुमचा वेळ आणि अनावश्यक संदेश दोन्ही वाचतील.
४. योग्य असेल तेव्हा परिच्छेदाऐवजी बुलेट वापरा. बुलेट वाचणे आणि मुख्य मुद्दे मिळवणे अनेकदा सोपे असते.
५. कंपनीच्या इलेक्ट्रॉनिक मेलवर आक्षेपार्ह विनोद किंवा कथा पाठवू नका.
६. तुम्हाला प्राप्त होणाऱ्या इलेक्ट्रॉनिक मेलला त्वरीत प्रतिसाद द्या. विशेषतः जेव्हा त्वरित लक्ष देणे आवश्यक असते. संवादाचा वेग हाच या माध्यमाचा मुख्य फायदा आहे
७. इलेक्ट्रॉनिक मेल टेलिफोन किंवा वैयक्तिक संपर्क म्हणून वापरू नका. आम्ही ज्या लोकांशी व्यवहार करतो त्यांच्याशी आवाज-ते-आवाज आणि समोरासमोर संबंध ठेवणे महत्त्वाचे आहे.

८. कंपनीच्या वेळेत आणि कंपनीच्या संगणकावर इलेक्ट्रॉनिक गेम खेळू नका, साखळी अक्षरे पाठवू नका. त्यांना प्रतिसाद देऊ नका किंवा इतर वेळ वाया घालवणारी कामे करू नका.

९. कंपनीच्या संगणकांवर कसलीही अश्लिल सामग्री किंवा कोणत्याही वांशिक गटांची बदनामी करणारे साहित्य किंवा वस्तू डाउनलोड करू नका. लक्षात ठेवा. आपले संदेश कोणीही वाचू शकतात आणि यामुळे कंपनीतील इतर लोकांना त्रास होऊ शकतो. अशा कृतीत गुंतल्याने पेच निर्माण होऊ शकतो आणि लैंगिक किंवा वांशिक छळाचे संभाव्य आरोप होऊ शकतात.

१०. इलेक्ट्रॉनिक माध्यमातून गप्पाटप्पा किंवा अफवा पसरवू नका. टेलिफोनवर किंवा समोरासमोरच्या संपर्कात वारंवार गप्पाटप्पा करणे देखील वाईट आहे, परंतु इलेक्ट्रॉनिक मेलमुळे अशी माहिती शोधणाऱ्या लोकांची संख्या खूप वाढते.

११. समोरच्याला महत्त्वाचे संदेश आले आहेत का ते तपासा. यासाठी, इतर व्यक्तीला तिची पावती पुष्टी करण्यास सांगा आणि/किंवा फोन कॉलद्वारे शोधा.

१२. तोपर्यंत संदेश पाठवू नका, जोपर्यंत की तो संदेश प्रत्याकाच्या उपयोगाचा नसेल.

उत्तम अहवाल लिहिणे: बहुतेक व्यवस्थापकांना त्यांच्या क्रियाकलाप किंवा त्यांच्या बॉसने नियुक्त केलेल्या विशिष्ट प्रकल्पांवर अहवाल लिहावा लागतो. हा अहवाल केवळ प्रकल्पाच्या यशासाठी अत्यंत महत्त्वाचा नाही तर त्याच्या आधारे लेखकाचे मूल्यमापनही केले जाते.

डेनिस ही एका फर्निचर कंपनीची खरेदी व्यवस्थापक होती. तिच्या नवीन असिस्टंट गॅरीने तयार केलेला अहवाल वाचून तिला धक्काच बसला. तिने त्याने त्याला विविध प्रकारच्या फोर्कलिफ्ट ट्रकपैकी कोणता त्यांच्या गरजेनुसार चांगला राहिल. त्याचा अहवाल पूर्णपणे असमाधानकारक होता. ते केवळ वरवरचे नव्हते आणि त्यात स्पष्ट विश्लेषणाचा अभावच नव्हता, तर त्यात काही महत्त्वाचे मुद्दे वगळले गेले होते, ज्याशिवाय कोणत्याही तार्किक निष्कर्षापर्यंत पोहोचणे शक्य नव्हते. पुन्हा अहवाल तयार करणे अत्यावश्यक होते. मात्र, यामुळे ट्रक

खरेदीला विलंब होऊ शकतो. गॅरीचे हे पहिले महत्त्वाचे काम होते आणि डेनिस खूप निराश झाला होता. कदाचित त्याने गॅरीला या पदावर चुकीची बढती दिली असावी.

चुकीचे तयार केलेले, चुकीचा विचार केलेले आणि चुकीचे लिहिलेले अहवाल सादर करून बरेच लोक स्वतःच्या पायावर कुऱ्हाड का मारतात ? कदाचित त्यांचा असा विश्वास असावा की अशी मूलभूत आकडेवारी सादर करणे पुरेसे आहे, तर चांगल्या अहवालात मूलभूत माहितीपेक्षा बरेच काही समाविष्ट आहे. खरे तर अहवालातून वाचकाला त्या विषयाची पुरेशी माहिती मिळायला हवी, ज्याच्या मदतीने तो आवश्यक निर्णय घेऊ शकेल. हे देखील स्पष्ट आणि संक्षिप्त रीतीने लिहिले गेले पाहिजे, जेणेकरून वाचकाला मुख्य विषयांपर्यंत पोहोचण्यासाठी मूर्खपणाच्या जंगलातून जावे लागणार नाही.

सर्व तथ्ये मिळवा: अहवालाची काळजीपूर्वक योजना करा. जेव्हा गॅरीला ट्रक्सबद्दल माहिती शोधण्याचे काम सोपवले गेले तेव्हा त्याने फक्त तीन आघाडीच्या उत्पादकांकडून प्रचार साहित्य मागवले, काही तथ्ये गोळा केली आणि अहवालात त्याचे निष्कर्ष सारांशित केले.

गॅरीने अधिक प्रभावी होण्यासाठी काय करायला हवे होते ?

१. **समस्या परिभाषित करा:** अहवालाचा उद्देश काय आहे ? समोरच्याला नेमकं काय हवंय हे न कळल्यामुळे बराच वेळ, मेहनत आणि पैसा वाया जातो. गॅरीने डेनिसला त्याची उद्दिष्टे स्पष्टपणे सांगायला हवी होती. रिपोर्टरला अहवाल कसा वापरला जाईल हे माहीत नसल्यास, तो किंवा ती खरोखर महत्त्वाच्या क्षेत्रांपेक्षा परिस्थितीच्या किरकोळ पैलूंवर अधिक वेळ लागू शकतो.

२. **वस्तुस्थिती मिळवा:** जेव्हा उद्दिष्ट स्पष्ट असेल, तेव्हा सर्व आवश्यक माहिती मिळवण्याचा प्रयत्न करा. गॅरीने निर्मात्यांकडून प्रचारात्मक साहित्य मागवली होती. जे करणे योग्य होते ते केले, परंतु ते फारसे पुढे गेले नाही. शिवाय, त्याने त्याच्या कंपनीतील फोर्कलिफ्ट वापरणाऱ्या कर्मचाऱ्यांशी बोलायला हवे होते, जेणेकरून त्याला त्यांच्या विशिष्ट समस्या जाणून घेता येतील. नवीन ट्रक त्यांना कशी मदत करू शकेल हे

देखील त्यांनी शोधून काढले पाहिजे. त्यांनी या ट्रकच्या स्थानिक वितरकांच्या विक्री प्रतिनिधींशी बोलायला हवे होते आणि त्यांच्या वापरकर्त्यांशीही बोलायला हवे होते. अशा प्रकारे तो त्यांचे मत जाणून घेऊ शकतो आणि कदाचित त्याच्या कंपनीच्या गरजेनुसार अधिक योग्य असलेल्या दुसऱ्या ट्रकची माहिती देखील मिळवू शकतो.

३. **वस्तुस्थितींचे विश्लेषण करा:** एकदा माहिती गोळा केल्यावर, सर्व तथ्ये एकाच ठिकाणी एकत्र करून त्यांचे परस्परसंबंध तयार केले पाहिजेत. त्यानंतर यादी तयार करून आणि प्रत्येक प्रकारच्या ट्रकचे फायदे आणि मर्यादा यांची तुलना करून त्याचे विश्लेषण केले जाते, जेणेकरून ते इच्छित हेतूंसाठी किती योग्य आहेत हे निर्धारित करणे सोपे होईल. एकाच उत्पादनातून खरेदी करण्याचा स्पष्ट फायदा असल्यास, गॅरीने त्याची शिफारस करावी. तथापि, एकापेक्षा जास्त पर्याय ऑफर करणे चांगले आहे, जेणेकरून डेनिस स्वतःचा निर्णय घेऊ शकेल.

माहिती व्यवस्थित ठेवल्याने वस्तुस्थिती गोळा करण्यात आणि त्याचे विश्लेषण करण्यात मदत होते. प्रोजेक्टसाठी कॉम्प्युटर फोल्डर तयार करणे आणि त्यात अभ्यासाची प्रत्येक प्रमुख श्रेणी फाइल करणे हे एक चांगले तंत्र आहे. तसेच, योग्य विक्री साहित्य, वाटाघाटी अहवाल, खर्चाचे आकडे इत्यादी प्रिंटआउट ठेवण्यासाठी एक फोल्डर किंवा लिफाफा बनवावा. सर्व गोष्टी एकत्र ठेवण्याऐवजी आणि नंतर क्रमवारी लावण्याऐवजी तथ्यांची आधी क्रमवारी लावल्याने आपले बरेच तास वाचू शकतात. क्रमवारी आणि शोधण्यात आपला बराच वेळ जाईल.

अहवाल लेखन: एकदा सर्व डेटा संकलित केला जातो आणि त्याचे मूल्यांकन केल्यावरच अहवाल लिहिला जाऊ शकतो. व्यवसायाचे प्रभावी व्यावसासिक रिपोर्ट वाचणे सोपे झाले पाहिजे. त्याची भाषा आणि रूप हे वाचणाऱ्या व्यक्तीला किंवा व्यक्तींना समजले पाहिजे. उदाहरणार्थ, अ-तांत्रिक व्यवस्थापकांसाठी अहवाल लिहिणाऱ्या अभियंत्याने शक्य तितक्या गैर-तांत्रिक भाषेत लिहिण्याचा प्रयत्न केला पाहिजे.

रिपोर्टर चांगल्या स्थितीत असतो जेव्हा त्याला माहित असते की मॅनेजर त्याच्याकडून भाषा, सामग्रीचे तपशीलवार वर्णन, ग्राफिक सामग्री आदीच्या संदर्भात व्यवस्थापक त्याच्याकडून काय अपेक्षा करतो किंवा इ. गॅरीला माहित असायला

हवे की डेनिसला संक्षिप्त, अचूक अहवाल आवडतात की तपशीलवार वर्णने आवडतात ? तिला आलेख आणि तक्ते हवे आहेत की अचूक आकडेवारी देणाऱ्या सारण्यांना तिचे प्राधान्य आहे ?

अहवाल स्वरूपः अहवाल लेखनाची कोणतीही आदर्श शैली नसली तरी, खालील परिच्छेदांमध्ये वर्णन केलेले स्वरूप प्रभावी ठरले आहेः समस्याचा थोडक्यात सांगाः तुम्ही आग्रह केला होता, आमच्या वेअरहाऊससाठी फोर्कलिफ्ट ट्रकचे ब्रँड येथे आहेत आणि मॉडेल प्रदान केले जात आहेत.'

सारांश आणि शिफारशीः अहवालाच्या सुरूवातीला गोषवारा आणि शिफारसी सादर करा. यामुळे वाचन अधिकाऱ्यांना तात्काळ महत्त्वाची माहिती मिळेल, त्यांना तुमची शिफारस शोधण्यासाठी फारशी पाने उलटावी लागणार नाहीत.

तपशीलवार समर्थनः हा अहवालाचा एक महत्त्वाचा भाग आहे. सारांश आणि शिफारसींना समर्थन देणारे सर्व तपशील समाविष्ट करा. तक्ते, आलेख आणि डेटा सारणी अहवाल समजण्यास सोपे करतात. योग्य तेव्हा फोटो खूप उपयुक्त ठरू शकतात.

भाषेवर लक्ष ठेवाः ते स्पष्ट आणि मुद्देसूद ठेवा. ज्ञानाच्या प्रदर्शनासाठी खूप विस्तृत, पेडेंटिक शैली वापरण्याची आवश्यकता नाही. वाचकांच्या आवडी आणि पार्श्वभूमीवर आधारित भाषा वापरा. चांगल्या शब्दांचा चांगला वापर आणि शब्दांची निवड महत्त्वाची आहे. वाक्याच्या रचनेत फरक नसल्यास, शब्दकोशात रंग नसल्यास, खूप चिकट म्हणी किंवा खूप सोपी लेखन शैली असल्यास, अहवाल खूप त्रासदायक असू शकतो.

अहवाल किती दीर्घ असावा ? ती इतकी दीर्घ असावी की तिने सगळं सांगितलं पाहिजे आणि यापेक्षा एक शब्द पण अधिक असायला नको आहे. अनावश्यक पुनरावृत्ती टाळा. तीच कल्पना वेगवेगळया शब्दात पुन्हा पुन्हा सांगणे ही अहवाल लेखनातील एक सामान्य चूक आहे.

अहवाल सादर करणेः अहवाल सादर करण्यापूर्वी काळजीपूर्वक पुरावा द्या. चांगल्या अहवालाचे स्पेलिंग चुकीचे असल्यास त्याची विश्वासार्हता देखील गमावली जाते. मग ते शब्द असोत, व्याकरणाची खराब रचना असो

किंवा निष्काळजी टायपिंग असो. डेटा काळजीपूर्वक तपासा. पुन्हा वाचा. शक्य असल्यास, एक किंवा अधिक सहकाऱ्यांना ते वाचायला सांगा. मग आवश्यक बदल करा.

लिखित अहवालात माहिती आणि कल्पना मिळवण्याच्या आणि सादर करण्याच्या चांगल्या मुद्यांवर लक्ष केंद्रित केल्यामुळे नेमून दिलेले कार्य पूर्ण करू शकणाऱ्या व्यक्तीची प्रतिमा तयार होईल. हे आपल्या अधिकाऱ्यांच्या नजरेत आपल्याला उंचावेल. कल्पनांचा प्रभावीपणे संवाद साधू शकतो आणि माहिती प्रभावीपणे सादर करू शकणारी व्यक्ती म्हणून आपल्याला पाहिले जाईल.

प्रकरण - ८

ऑफिसमध्ये कर्मचाऱ्यांची नियुक्ती

बहुतेक व्यवस्थापक कर्मचारी नियुक्त करण्याच्या प्रक्रियेला त्रासदायक काम मानतात. विभागातील रिक्त जागा भरण्यासाठी लागणारा वेळ त्यांना त्यांच्या प्रत्यक्ष कामापासून दूर नेतो, असे त्यांना वाटते. त्यांचा वेळ आणि शक्ती भरती प्रक्रियेत खर्च होते. याव्यतिरिक्त, भावनिक थकवा देखील आहे. या प्रक्रियेत ते त्यांच्या नियमित कर्तव्यापासून दूर जातात, त्यांना नेहमीपेक्षा जास्त तास काम करावे लागते आणि सर्वात वाईट म्हणजे ते चुकीची निवड करतील याची त्यांना भीती वाटते आणि काही महिन्यांनंतर त्यांना पुन्हा संपूर्ण प्रक्रियेतून जावे लागते.

मोठ्या कंपन्यांमध्ये आणि अनेक लहान कंपन्यांमध्येही, नवीन कर्मचारी निवडण्याचे आणि नियुक्त करण्याचे काम मानव संसाधन विभागाकडून केले जाते. असे असूनही या प्रक्रियेत पर्यवेक्षक आणि संघप्रमुखांना सहभागी करून घ्यावे लागते. जवळजवळ नेहमीच ते संभाव्य कर्मचाऱ्यांची मुलाखत घेतात, कारण त्या कर्मचाऱ्याला त्यांच्या हाताखाली काम करावे लागते आणि त्यांच्या यश किंवा अपयशासाठी ते जबाबदार असतील.

कदाचित काही कंपन्यांमध्ये एचआर आहे. कोणताही विभाग नसल्यामुळे किंवा ते गृहकार्यालयात असले तरी शाखा व्यवस्थापकांना स्वतःच कर्मचारी नियुक्त करावे लागतात.

हे व्यवस्थापक सामान्यतः त्यांच्या स्वतःच्या स्पेशलायझेशनच्या कामात पारंगत असले तरी, दुर्दैवाने त्यांच्याकडे यशस्वी नियुक्तीसाठी आवश्यक प्रशिक्षण आणि अनुभव नसतो. परिणामी असंख्य चुका होतात, वेळ आणि मेहनत वाया

जाते आणि सर्वात वाईट म्हणजे अनेकदा अशा कर्मचाऱ्यांची नियुक्ती केल्या जाते, ज्याचं अपयश ठरलेलं असतं.

एक पर्यवेक्षक किंवा व्यवस्थापक म्हणून, आपण आपल्या कामाचा हा पैलू हलक्यात घेऊ शकत नाही. आपण भाड्याने घेतलेले पुरूष आणि स्त्रिया एकतर आपल्या यशात योगदान देतील किंवा आपल्याला आपले ध्येय गाठण्यापासून रोखतील.

नोकरीची वास्तववादी परिस्थिती निर्माण करणे

जर आपण वास्तववादी नोकरीची परिस्थिती निर्माण केली तर आपल्याला ज्या कर्मचाऱ्यांसोबत काम करावे लागेल त्यांची निवड करण्यात आपण अधिक प्रभावी होऊ शकतो आणि ज्यावर काम पूर्ण करण्यासाठी अवलंबून राहावे लागेल.

स्थितीचे काळजीपूर्वक विश्लेषण करा आणि त्या पदासाठी नवीन कर्मचाऱ्याची पार्श्वभूमी काय असावी ते शोधा. अटींची यादी बनवण्याच्या प्रत्येक टप्प्यावर, आपण स्वतःला विचारले पाहिजे, 'त्या पदावर त्याची खरोखरच आवश्यकता आहे ?

जेफला ग्राहक सेवा प्रतिनिधीच्या पदावर एक कर्मचारी हवा होता. त्याने या पदासाठी महाविद्यालयीन पदवी ही पूर्व शर्त बनवली आहे. हे वास्तववादी आहे का? या पदावर महाविद्यालयीन पदवीधरांना नियुक्त करण्याचे फायदे नक्कीच आहेत, परंतु ते फायदेशीर आहे का?' नोकरीसाठी खरोखरच महाविद्यालयीन पात्रता आवश्यक आहे का? कमी औपचारिक शिक्षण असलेली एखादी व्यक्ती या पदावर तशीच कामगिरी करू शकत नाही का?

जेव्हा जेफला विचारले गेले की त्याला नोकरीसाठी फक्त महाविद्यालयीन पदवी का हवी आहे, तेव्हा त्याने उत्तर दिलेः का नाही ? बरेच महाविद्यालयीन पदवीधर नोकऱ्यांच्या शोधात भटकत आहेत, त्यामुळे मी या पदाचा लाभ घेऊ शकतो आणि सर्वोत्तम कर्मचारी मिळवू शकतो. याला काही अर्थ आहे का? अधिक शिक्षणाची (किंवा इतर कोणत्याही प्रकारची पात्रता) अपेक्षा केल्याने कमी फायदा होतो, खरोखर जे आवश्यक आहे त्यापेक्षा जास्त नुकसान होते. आपल्याला नक्कीच हुशार किंवा अधिक सर्जनशील कर्मचारी मिळू शकतात.'

परंतु या लोकांना ती नोकरी आव्हानात्मक वाटणार नाही, म्हणून ते कमी शिक्षित लोकांइतके परिणाम नाही देवू शकणार. नोकरीचा कंटाळा आलेले लोक तक्रार करत राहतात, बराच काळ गैरहजर राहतात आणि थोड्या वेळाने नोकरी सोडतात. सर्वात महत्त्वाचे म्हणजे, पार्श्वभूमीच्या चुकीच्या पैलूवर जोर दिल्याने आपण नोकरीसाठी सर्वोत्तम संभाव्य उमेदवाराला आमंत्रित करू शकत नाही.

लिनला त्याच्या कर्मचाऱ्यांसाठी नवीन अकाउंटिंग क्लर्क नियुक्त करायचा होता. त्याने एच. आर. विभागाला सांगितले की, या पदासाठी त्याला एका कर्मचाऱ्याची आवश्यकता आहे, ज्याला लेखा किंवा लेखा क्षेत्रातील किमान दहा वर्षांचा अनुभव आहे. हे वास्तववादी आहे का? त्यांना विचारण्यात आले की, दहा वर्षे का? म्हणून लिनने उत्तर दिले, 'अर्जदाराकडे जितका अधिक अनुभव असेल, तितकी अधिक माहिती त्याच्याकडे असेल जेणेकरून ते आपल्यासाठी अधिक उपयुक्त ठरू शकतील.' वर्षांचा अनुभव आणि कौशल्य यांचा थेट संबंध आहे का ? नाही. अनेकदा एखाद्या नोकरीसाठी लागणारी पात्रता तो काम करून शिकतो. परंतु कामाच्या अनुभवाऐवेजी आपण यावर आपण सर्वजण अशा लोकांना ओळखतो जे दहा वर्षांपासून पदावर आहेत, परंतु त्यांच्याकडे फक्त एक वर्षाचा अनुभव आहे, जो दहा वर्षांसाठी पुनरावृत्तीत होतो. आम्ही अशा लोकांना देखील ओळखतो जे खूप कमी वेळात उत्कृष्ट क्षमता प्राप्त करतात.

अनुभव हे तज्ज्ञाचे खरे माप नाही हे ओळखा

लिनने तिच्या अटींवर पुनर्विचार केला. दहा वर्षांचा अनुभव विचारण्याऐवजी, त्या पदावर आलेल्या नवीन कर्मचाऱ्याला त्या प्रत्येकामध्ये कोणत्या पात्रता असायला हव्यात आणि त्या पात्रतेची यादी त्यांनी तयार केली. मुलाखतीत या प्रत्येक पात्रतेबद्दल अर्जदारांना विशिष्ट प्रश्न विचारून ती हे ठरवू शकते. अर्जदाराला प्रत्येक क्षेत्रात किती माहिती आहे आणि त्याने आतापर्यंत प्रत्यक्षात किती काम केले आहे, जे त्या पदासाठी महत्त्वाचे आहे.

याचा अर्थ असा आहे की वर्षांचा अनुभव काही फरक पडत नाही ? नाही. काही वेळा नोकरीसाठी आवश्यक असलेली पात्रता कर्मचारी काम करूनच शिकत असतो. परंतु बऱ्याचदा कामाच्या अनुभवापेक्षा त्याने आतापर्यंत काय

मिळवले आहे यावर जर आपण भर दिला तर आपण अधिक चांगले निर्णय घेऊ.

नोकरीच्या अटींमधली एक अट म्हणजे अनुभव 'आपल्या उद्योगात' असावा. हे देखील खरे आहे, कारण बऱ्याचदा पात्रता आणि नोकरीचे ज्ञान एकाच उद्योगात कार्यरत असलेल्या कंपन्यांमध्येच मिळवले जाऊ शकते, परंतु बऱ्याच नोकऱ्यांमध्ये इतर उद्योगांमधील पार्श्वभूमी नवीन कर्मचारी परंपरेप्रमाणेच मौल्यवान असू शकते, कदाचित त्याहूनही चांगली असू शकते. कारण नवा कर्मचारी परंपरेला बांधलेला नसतो आणि तो नोकरीत सर्जनशील आणि नाविन्यपूर्ण संकल्पना आणतो.

जर आपण नवीन कर्मचाऱ्यांची निवड फक्त त्या उद्योगापुरती मर्यादित ठेवली तर आपल्या आवडी निवडी मर्यादित आहेत. यामुळे केवळ चांगल्या कर्मचाऱ्यांपासून वंचित राहू शकत नाही, तर दीर्घकाळापर्यंत पदे रिक्त राहू शकतात. असोसिएटेड हेल्प एड्सचे एच. आर मॅनेजर खूप हताश झाले होते. सहा महिन्यांपूर्वी पणन उपाध्यक्षांचे प्रशासकीय सहाय्यक नोकरी सोडून गेले होते, मात्र त्यांचे पद अद्यापही रिक्त होते. समस्या काय होती ? आपल्या सहकाऱ्याला हेल्प एड्स क्षेत्रातील अनुभव असायला हवा, यावर उपाध्यक्ष भर देत होते. असा अनुभव असलेला एकही अर्जदार सापडत नव्हता. हा अनुभव का आवश्यक आहे, असे विचारल्यावर वी. पी. ने त्याला सांगितले की प्रशासकीय सहाय्यकाला त्याच्या व्यवसायाचे ज्ञान असणे आवश्यक आहे. महत्त्वाचा प्रश्न असा आहे की ज्याला व्यवसायाची भाषा येत नाही त्याला ही भाषा शिकायला किती वेळ लागेल ? कदाचित दोन-तीन महिने. परंतु कंपनी सहा महिन्यांपासून पद रिक्त ठेवत होती, जी ही 'अत्यंत महत्त्वाची आवश्यकता किंवा अट' नसती तर जास्तीत जास्त नव्वद दिवसांत भरता आली असती.

टर्मच्या अटी सेट करण्याच्या सामान्य फंदात न पडण्यासाठी त्या पदाच्या कार्यांचे काळजीपूर्वक विश्लेषण करा. विचारा, 'अर्जदाराने असे काय असावे की मी एकतर त्यांना प्रशिक्षण देण्यासाठी वेळ घालवू शकत नाही किंवा करू इच्छित नाही ? या त्या पदाच्या अत्यावश्यक अटी असाव्यात.

जर एखाद्या पदासाठी मोठ्या संख्येने अर्जदार असतील, तर कोणत्या पात्रतेला प्राधान्य द्यायचे हे देखील आपण ठरवले पाहिजे. याचा उपयोग त्या

अर्जदारांची निवड करण्यासाठी केला जाऊ शकतो. ज्यामध्ये सर्व आवश्यक घटक असतात. पण प्राधान्य घटक ठरवतानाही, ते वास्तववादी आहेत याची खात्री करा आणि ते चांगल्या लोकांना त्या नोकरीत येण्यापासून वंचित ठेवणार नाहीत. उदाहरणार्थ, एखाद्या पदासाठी पदवी महत्त्वाची नसल्यास, त्यास प्राधान्य घटक बनवणे शहाणपणाचे नाही.

अमूर्त घटक हे पदाच्या प्रत्येक स्थितीचा अत्यंत महत्त्वाचा भाग असतात आणि योग्य व्यक्तीची नेमणूक करताना मूर्त आवश्यकतांपेक्षा ते अधिक महत्त्वाचे असतात. आपल्या सर्वांना बुद्धिमत्ता, सर्जनशीलता, प्रामाणिकपणा, सचोटी, सकारात्मक दृष्टीकोन, उत्साह इत्यादी गुणांसह अधिक कर्मचारी नियुक्त करायला आवडेल. परंतु एखाद्या पदासाठी आवश्यक असलेल्या अमूर्त गुणांची यादी तयार करताना, त्या पदाच्या मूल्यानुसार ते योग्य दृष्टीकोनातून ठेवलेले आहेत याची खात्री करा. त्या पदासाठी संभाषण कौशल्ये आवश्यक असल्यास, कोणत्या प्रकारचे संभाषण कौशल्य आवश्यक आहे ते स्पष्ट कराः समोरासमोर तोंडी संवाद ? गटांसमोर बोलण्याची क्षमता ? दूरध्वनी संभाषण ? पत्र आणि मेमो लिहित आहात ? जाहिरात प्रत किंवा माहितीपत्रक तयार करत आहात ? पॉवर पॉइंट की इतर संगणकावर आधारित संवाद तंत्रज्ञान ?

नोकरीची मागणी 'वर्णन समजून घेणे' असल्यास, हे वर्णन कोणत्या प्रकारचे काम आहे ते स्पष्ट करा. स्थितीत दबावाखाली काम आवश्यक असल्यास, कोणत्या प्रकारचे दबाव आहे ते पहा. रोजची डेडलाईन मीटिंग करत आहात ? अधूनमधून डेडलाइन ? अप्रिय कामाची परिस्थिती ? कठोर बॉस? अत्यावश्यक अमूर्त गुणांचे विश्लेषण आणि वर्णन हे शिक्षण, अनुभव आणि क्षमतांचे विश्लेषण किंवा वर्णनाइतकेच महत्त्वाचे आहे.

पोस्टसाठी वास्तववादी अटी सेट करण्याचा परिणाम असा होईल की आपण केवळ त्या अटी पूर्ण करणाऱ्या अर्जदारांना कामावर ठेवू. हे आम्हाला आमच्या विभागातील पात्र लोकांची टीम तयार करण्यास सक्षम करते, जे आम्हाला आमचे ध्येय आणि उद्दिष्टे गाठण्यासाठी आवश्यक आहेत.

उमेदवारांची वर्गवारी करणे

पदाच्या अटी ठरवल्यानंतर आपण उमेदवारांचा शोध सुरू केला पाहिजे.

सध्या संस्थेमध्ये काम करणारे कर्मचारी सहसा इतर लोकांना ओळखतात जे रिक्त पदांसाठी पात्र असू शकतात.

विद्यमान कर्मचाऱ्याची नवीन पदावर बढती किंवा बदली ही चांगली गोष्ट आहे आणि त्याला प्रोत्साहन दिले पाहिजे. अंतर्गत उमेदवार हे ज्ञात घटक आहेत. कंपनीने त्याला आणि त्याचे काम पाहिले आहे. कंपनीला त्यांची बलस्थाने आणि कमकुवतपणा, त्यांच्या व्यक्तिमत्त्वातील गुण, त्यांच्या कामाच्या सवयी, त्यांची उपस्थिती आणि वक्तशीरपणाच्या सवयी माहीत आहेत. कंपनीला त्यांच्याबद्दल सर्व काही माहित आहे, जे काही महिन्यांच्या आणि वर्षांच्या निरीक्षणाद्वारे प्रकट होते. हे कर्मचाऱ्यांचे मनोबल आणि प्रेरणासाठी देखील चांगले आहे. परंतु समस्या अशी आहे की ते दावेदारांना सध्याच्या कर्मचाऱ्यांपर्यंत, पोझिशनपर्यंत मर्यादित करते. या अत्यंत स्पर्धात्मक जगात एखाद्या कंपनीने रिकाम्या जागांसाठी सर्वोत्तम उमेदवार शोधण्याचा प्रयत्न केला पाहिजे आणि तो कर्मचारी आधीच कंपनीत कार्यरत असेलच असे नाही.

एक वेळ अशी होती की जेव्हा प्रत्येक कर्मचाऱ्याने शिडीवरून एक पल्ला गाठला होता तेव्हा अध्यक्ष निवृत्त झाल्यावर त्यांनी कनिष्ठ लिपिकाची नियुक्ती केल्याचा दावा कंपन्यांनी केला होता. हे शक्य आहे की मोठ्या संस्थेमध्ये अनेक उच्च पात्र व्यक्ती असू शकतात ज्यांना नवीन पदे भरता येतील आणि त्यांच्या नावांचा गांभीर्याने विचार केला पाहिजे. तथापि, बाहेरील उमेदवारांच्या शोधामुळे कंपनीकडे सध्या कमी असलेली क्षमता आणि कौशल्य प्राप्त होऊ शकते. यामुळे संस्थेतील मोठ्या कर्मचाऱ्यांच्या आवाक्याबाहेरील नवीन कल्पना देखील येऊ शकतात.

चार्लीच्या विभागात एक जागा रिक्त होती आणि त्याने अनेक स्त्रोत वापरले. त्यांच्याकडे तीसहून अधिक अर्ज आले. सगळे छान दिसत होते. त्याने मुलाखतीसाठी कोणाला बोलावावे? स्क्रीनिंगच्या वेळी खाली दिलेल्या मुद्यांचा विचार कराः

१. अर्जदार आवश्यक निकष पूर्ण करतो का ?
   अशा लोकांना बोलावून वेळ बर्बाद करू नका, जे पदाच्या मुख्य आवश्यकता पूर्ण करीत नाहीत.
२. वगळलेली माहिती पहा.

अनेक अर्जांमध्ये भेटीच्या तारखा दिलेल्या नसतात. हे बेरोजगारीचा काळ लपविण्यासाठी किंवा त्या व्यक्तीला वास्तविकतेपेक्षा अधिक किंवा चांगले अनुभव असल्याची छाप देण्यासाठी केले जाऊ शकते. यावर मात करण्याचा एक मार्ग म्हणजे सर्व अर्जदारांना कंपनीचा अर्ज भरण्यास सांगणे. ते उमेदवारांना पोस्टाने पाठवता येईल. त्यानंतरच कोणाची मुलाखत घ्यायची ते ठरवा. पद भरण्यासाठी गर्दी असल्यास, आपण पात्र अर्जदारांना कॉल किंवा ईमेल करू शकतो.

३. विसंगती शोधा.

अर्जदार एखाद्या क्षेत्रात मजबूत पार्श्वभूमी असल्याचा दावा करू शकतो, जरी त्याने ज्या कंपन्यांमध्ये काम केले आहे, ते त्या क्षेत्रात कार्यरत नसतात. उदाहरणार्थ, जॅकच्या अर्जामध्ये ग्राहक पॅकेज केलेल्या वस्तूंच्या मार्केटिंगची पार्श्वभूमी दर्शविली होती, परंतु त्याच्या दहा वर्षांच्या अनुभवापैकी फक्त दोन आणि तेही अनेक वर्षांपूर्वी ग्राहक केंद्रित कंपन्यांमध्ये होते.

४. प्रगतीचा शोध घ्या.

उमेदवाराने वाढ आणि उत्पन्नाच्या दृष्टीने वर्षांच्या संख्येनुसार प्रगती केली आहे का ? पदाच्या अटींशी उमेदवारांच्या पार्श्वभूमीची तुलना करा आणि पुढील टप्प्यासाठी म्हणजे नोकरीच्या मुलाखतीसाठी सर्वोत्तम उमेदवार निवडा.

मुलाखतीतून जास्तीत जास्त फायदा मिळवणे

अर्थपूर्ण मुलाखती घेण्याच्या काही टिपा येथे देण्यात आलेल्या आहेत. एक मैत्रीपूर्ण अभिवादन करा आणि अर्जदाराच्या पार्श्वभूमीच्या गैर-वादग्रस्त पैलूंवर टिप्पणी करून त्याला आरामदायक वाटू द्या. मग मुलाखतीला सुरुवात कराः

'एक्स वाई झेड कंपनीतल्या तुमच्या अनुभवाबद्दल सांगा.'

'विक्री विश्लेषणात तुमचा काय अनुभव आहे?'

'तुमच्या नवीन प्रकल्पाबद्दल सांगा.'

मिळणाऱ्या प्रतिक्रियेच्या आधारावर त्या क्षेत्रातील उमेदवाराच्या

पार्श्वभूमीच्या मुख्य पैलूंवर लक्ष केंद्रित करा आणि त्याने कोणते काम केले आणि त्याने परिणाम कसे मिळवले याबद्दल तपशीलवार विशिष्ट प्रश्न विचारा.

मेरीला तिच्या सर्वांत नाविन्यपूर्ण प्रकल्पावर एक मुक्त प्रश्न विचारण्यात आला. प्रत्युत्तरात, त्यांनी सांगितले की त्यांनी नवीन उत्पादनाच्या शक्यतेबद्दल बाजाराचा अभ्यास केला आहे. त्याने प्रत्यक्षात काय केले याचे तपशीलवार स्पष्टीकरण आणि पुष्टीकरणासाठी, विशिष्ट प्रश्न असू शकतातः

'आपण आवश्यक डेटा कसा मिळवला ?'

'सहभागी लोकांकडून सहकार्य मिळण्यात तुम्हाला कोणत्या अडचणी आल्या ?

'तुम्ही त्यांना कसे सोडवले ?

'परिणाम काय झाला?

'तुम्ही तुमच्या विश्लेषणात कोणती पावले उचलली ते आम्हाला सांगा?' 'प्रकल्पाचा सर्वात कठीण पैलू कोणता होता ?'

त्याची विधाने शांतपणे घेण्यापेक्षा प्रकल्पाच्या विशिष्ट पैलूंबद्दल विचारणे चांगले आहे. यावरून आपल्याला त्यांच्या प्रत्यक्ष अनुभवाची स्पष्ट कल्पना येईल. अन्यथा आपल्याला फक्त सामान्य माहिती मिळेल, जी अनेकदा नोकरीच्या मुलाखतींमध्ये अर्जदारांना दिली जाते. विशिष्ट चौकशीत अर्जदाराची खरी ओळख होण्यास मदत होते.

वैयक्तिक वैशिष्ट्याचे मूल्यांकन करा

आपण कामावर केवळ नोकरीची पात्रता लक्षात घेऊनच एखाद्याला कामवर ठेवत नाहीत. आपण त्या व्यक्तीची वैयक्तिक वैशिष्ट्ये देखील नियुक्त करीत असतो जिचा आपल्याला कार्यालयात उपयोग होतो. एक चांगला चेहरा, मोहक, गोड बोलणारी आणि मनमिळाऊ वागणूक असलेली व्यक्ती आपल्यावर इतकी चांगली छाप सोडते की आपण त्याच्या या मुखवटाने खूप प्रभावित होऊ शकतो. अर्जदाराचे खरे व्यक्तिमत्व शोधण्यासाठी, आपण पृष्ठभागाच्या पलिकडे पाहिले पाहिजे.

अर्जदाराचे खरे व्यक्तिमत्व गुण अनेकदा 'परिस्थितीविषयक प्रश्न' वापरून निश्चित केले जाऊ शकतात. परिस्थितीजन्य प्रश्न असे असतात ज्यामध्ये उमेदवाराला त्याने भूतकाळातील नाजूक समस्या किंवा काल्पनिक परिस्थिती कशी हाताळली

याचे वर्णन करण्यास सांगितले जाते. हे कसे हाताळावे. उदाहरणार्थ, 'एक ग्राहक कॉल करतो. आणि तो चिडला आहे. मालाचे आश्वासन दिलेले वितरण अद्याप झाले नाही आणि या ग्राहकाचे उत्पादन वेळापत्रक धोक्यात आले आहे. तुम्ही ते कसे हाताळाल (किंवा तुम्ही ते कसे हाताळाल ?)

या प्रतिसादात आपण उमेदवाराचा प्रामाणिकपणा शोधू शकतो (ती डिलिव्हरीबद्दल खोटे बोलेल का ?), शब्दसंग्रह (उमेदवार मुत्सद्दी आहे का ?), वृत्ती (ती कंपनीबद्दल निष्ठावंत आहे का ?) इ.

मुलाखत हा सहसा नोकरीवर घेण्याचा निर्णय घेण्याचा सर्वात महत्त्वाचा घटक असल्याने, तो निर्णय घेण्यासाठी मुलाखतकाराला आवश्यक असलेली माहिती देणे महत्त्वाचे आहे. येथे दहा सापळे आहेत ज्यात अनेक मुलाखतकार अडकतात. या सापळयांमुळे, ते ज्या लोकांना नोकरी देणार आहेत, त्यांच्याबद्दल त्यांना पाहिजे तितकी माहिती नसते. मुलाखतीचे नियोजन नाही. गमड्रॉप कँडी कंपनीच्या मुख्य लेखापालाची मुलाखत घेऊन बिल गुडी परत आला तेव्हा त्याला खात्री होती की मुलाखतकाराला मुलाखतीतून फारशी किंवा कोणतीही माहिती मिळाली नाही. बिल यांनी निदर्शनास आणून दिले की मुख्य लेखापाल एका विषयावरून दुसऱ्या विषयावर उडी मारत राहिला. थोडा वेळ, आपण शिक्षणाबद्दल बोललो, नंतर कामाच्या अनुभवाचे काही टप्पे, पुन्हा शालेय शिक्षणाकडे उडी घेतली, नंतर निषकर्षापर्यंत आले, नंतर नोकरीच्या ध्येयांकडे वळला आणि शेवटी पुन्हा कामाबद्दल चौकशी करू लागला. अनेक मुलाखतकार अनौपचारिक संभाषणांपेक्षा जास्त काही करीत नाहीत. मुलाखत अधिक प्रभावी होण्यासाठी, मुलाखतकाराने एक निश्चित योजना आखली पाहिजे जेणेकरून त्याला सर्व महत्त्वाच्या मुद्यांची माहिती पद्धतशीरपणे मिळू शकेल. आपण शिक्षणाने सुरूवात केली की पहिली नोकरी, शेवटची नोकरी किंवा उद्दिष्टे याने काही फरक पडत नाही. फक्त सर्व महत्त्वाची माहिती मिळवून त्या योजनेचे पालन करण्याची योजना असावी. परंतु आपण योजनेत लवचिक असले पाहिजे; आपल्या मुलाखतीच्या योजनेत समाविष्ट नसल्यामुळे आपण स्वारस्य असलेल्या क्षेत्रांची तपासणी करण्याकडे दुर्लक्ष करू नये.

चुकीच्या पदासाठी मुलाखत घेणे. काही मुलाखती घेणारे पदाच्या अटींकडे पुरेसे लक्ष देत नाहीत. बार्बराने जॉब ॲनालिस्टच्या पदासाठी अर्ज केला. मुलाखतकाराने एच. आर. नोकरीचे विश्लेषण वगळता प्रशासनाच्या प्रत्येक

परूवर सर्व प्रकारचे प्रश्न विचारा, मुलाखतीपूर्वी पदाच्या अटी व नियमांचा अभ्यास करा. तपशील आणि परस्परसंवादांसह स्वतःला परिचित करा. अर्जदाराच्या पार्श्वभूमीचे पैलू प्रकट करणारे प्रश्न तयार करा जे त्या अटींचे ज्ञान (किंवा त्याची कमतरता) दर्शवतात. अर्जदाराला मुलाखतीवर वर्चस्व गाजवण्याची परवानगी देणे. कधीकधी एक कुशल अर्जदार परिस्थितीवर इतके वर्चस्व गाजवू शकतो की तो फक्त त्याच्या बाजूने काय आहे, ते सांगतो आणि नकारात्मक पैलूंवर कमी जोर दिला पाहिजे. चांगल्या मुलाखतकाराने लगाम त्याच्या हातात ठेवला पाहिजे. आपल्यासमोर एखादा अर्जदार असेल, जो आपल्याला एक शब्दही उच्चारू देत नाही, जो आपल्या प्रश्नांना त्याच्या इच्छेनुसार फिरवतो, जो त्याची पार्श्वभूमी मजबूत करण्यासाठी असंबद्ध माहिती सांगतो, तर ते बंद करा. आपण असे म्हणू शकतो, हे खूप मनोरंजक आहे, परंतु मी तुम्हाला... (विशिष्ट क्षेत्र दर्शवा) बद्दल विशिष्ट तपशील देण्याची आठवण करून देऊ इच्छितो. 'अर्जदाराच्या वर्चस्वाचा प्रयत्न हाणून पाडण्याचा सर्वोत्तम मार्ग म्हणजे आपण समाधानी होईपर्यंत त्याने किंवा तिने आपल्या प्रश्नांची उत्तरे द्यावीत असा आग्रह धरणे.

ईश्वराची भूमिका करणे. अर्जदारांना मुलाखत घेणाऱ्याबद्दल खूप तक्रारी असतात. एक सामान्य तक्रार अशी आहे की, ते त्यांच्या समोर स्वतःची श्रेष्ठता दाखवतात, ज्यामुळे अर्जदारांना अस्वस्थ वाटते. मुलाखत घेणाऱ्याला अर्जदाराची नियुक्ती करण्याचा अधिकार आहे किंवा किमान भविष्यातील विचारासाठी अर्जदाराचा पाठपुरावा करण्याची शक्ती त्याच्याकडे असल्याने, त्याच्याकडे 'देवाची भूमिका बजावण्याची' आणि या शक्तीचा अभिमानाने आस्वाद घेण्याची प्रवृत्ती असते. थोडीशी नम्रता चांगला समन्वय असेल तर अधिक प्रभावी मुलाखत होईल आणि आपल्याशी आणि आपल्या कंपनीशी मैत्री करेल.

योग्य प्रतिक्रीयेचा संकेत देणे. काही मुलाखतकार पदे भरण्यास इतके उत्सुक असतात की ते त्यांच्या अर्जदाराला प्रश्नांची उत्तरे दण्यासाठी मदत करतात. ते अपेक्षित उत्तर सूचित करतात. उदाहरणार्थ, 'या पदासाठी लोकांना हाताळण्याची क्षमता असावी.' तुमच्यात ही क्षमता आहे की नाही? या प्रश्नाचे उत्तर कोणताही मुलाखतकार कधीही 'नाही' असे देणार नाही.

अर्जदाराची मुस्कटदाबी करणे. जेव्हा हेनरिची मुलाखत घेण्यात आली तेव्हा त्याला त्याची पात्रता स्पष्ट करण्याची एकही संधी मिळाली नाही. मुलाखत

घेणाऱ्याने आधी त्याला कंपनीबद्दल सांगितले, नंतर हनरिच्या पदाबद्दल सांगितले. त्याच्या स्वतःच्या कामाबद्दल. शेवटी जेव्हा त्याने एक प्रश्न विचारला तेव्हा, हेनरी त्याचे उत्तर पूर्ण करण्याआधीच त्याने हेनरिला मध्येच अडवले. मुलाखत हा द्विमार्गी संभाषण आहे. जर अर्जदार असो की मुलाखत घेणारा एकच बाजू वरचढ असेल तर त्याचा उद्देश साध्य होणार नाही. मग तो अर्जदार असो किंवा मुलाखत घेणारा. सूजनने एक प्रकारे तिच्या अर्जदाराचा जीवच घेतला. तिने अर्जदाराचा प्रत्येक शब्द लिहून घेतला. मध्ये मध्ये काही मुद्दे लिहून घेणे ठीक आहे, प्रत्येक शब्दच लिहून घेतल्याने अर्जदाराचा जीव गुदमरतो. यामुळे मुलाखत घेणारा देखील ठीक ऐकू शकत नाही.

सरकारी वकीलासारखं वागणं. मार्टिनला लोकांच्या मुलाखती घ्यायाला आवडायचे. एखादा विसंगत मुद्दा 'सापडला' तर खूप आनंद व्हायचा. तो प्रश्न वेगवेगळ्या पद्धतीने विचारायचा, ज्यामुळे अर्जदाराचा गोंधळ होईल. त्याला जर एखादी चूक सापडलीच तर तो शिकारवर तुटून पडत असे. तो त्या सर्व 'घोटाळ्यांचे' किस्से सांगत असे. ज्यांना त्याने उघडे पाडले होते. बऱ्याचदा त्या विसंगती क्षुल्लक होत्या, म्हणून या सवयीमुळे त्याने केवळ चांगले संभाव्य कर्मचारी गमावले नाहीत तर त्याची मुलाखत घेणाऱ्या सर्व अर्जदारांवर वाईट छाप पाडली.

मानसशास्त्रज्ञाची भूमिका करणे. आपण महाविद्यायालयात मूलभूत मानसशास्त्र या विषयाचा अभ्यास केला होता, केवळ या आधारावर आपण मानसशास्त्रज्ञ होण्यास पात्र नसतो. काही मुलाखतकार त्यांना असणाऱ्या वास्तविक मानसशास्त्रीय ज्ञानापेक्षा खूप जास्त असल्याचं भासवतात. अर्जदाराच्या प्रत्येक गोष्टीत ते छुपे अर्थ शोधतात. ते कामाचे अनुभव, कौटुंबिक नातेसंबंध, दृष्टिकोन आणि अर्जदारांच्या सामान्य टिप्पण्यांमध्ये फ्रायडचे हेतू तपासतात. हे निर्णय घेण्यास ते खरोखर सक्षम किंवा पात्र नाहीत, हेही त्यांना दिसत नाही. ते त्यांच्या 'मानसशास्त्रीय मूल्यांकनात' इतके मग्न होतात की अर्जदार नोकरी करू शकतो की नाही हे ते ठरवू शकत नाहीत.

अर्जदाराच्या 'प्रेमात पडणे.' अनेकदा मुलाखत घेणारा अर्जदाराच्या सादरीकरणाच्या एका मुद्यामध्ये इतका गुंतून जातो की तो मुद्दा मूल्यमापनावर भारी पडतो. हे त्या व्यक्तीचे करिष्माई व्यक्तिमत्त्व असू शकते किंवा कंपनीला विशिष्ट क्षमतेची गरज असू शकते. ती गुणवत्ता प्रभावी असू शकते, परंतु

पार्श्वभूमी अर्जदार अतिशय महत्त्वाचा आहे. चांगल्या मुलाखतकाराचे आकर्षण किंवा क्षमता ही चांगली गोष्ट आहे, परंतु ती योग्य दृष्टीकोनातून तपासली ठेवली पाहिजे. मुलाखतीची चांगली योजना तयार केली तर फायदा होईल. कारण ते पदावरील यशासाठी आवश्यक असलेल्या प्रत्येक घटकाचे काळजीपूर्वक मूल्यमापन सुनिश्चित करेल. विवरणाची तपासण्यात अपयश. जॉर्ज यांना नोकरीच्या विविध क्षेत्रांचा अनुभव आहे का याबद्दल बरेच प्रश्न विचारण्यात आले. त्यांनी प्रत्येक प्रश्नांची उत्तरे स्वतःहून दिली, परंतु मुलाखतकाराने त्यांचे उत्तर स्वीकारले आणि त्याची कोणतीही चौकशी केली नाही हे पाहून त्यांना आश्चर्य वाटले. जॉर्ज सरळसरळ खोटी माहिती देवून किंवा आपल्या ज्ञानाला वाढवून सहजपणे चुकीची माहिती देवू शकत होता. चांगली मुलाखत घेण्यासाठी उमेदवाराचे व्यक्तिमत्त्व नीट तपासणे आवश्यक आहे. पदाच्या अटी व नियमांचा अभ्यास करा आणि त्या पूर्ण करण्यासाठी काय आवश्यक आहे यावर आधारित प्रश्न तयार करा.

जर आपण मुलाखतीची काळजीपूर्वक योजना केली आणि धोक्यांची जाणीव ठेवली आणि त्या टाळल्या तर, आपण आपली मुलाखत अधिक अर्थपूर्ण तसेच नियुक्तीचा निर्णय अधिक प्रभावी ठरू शकतो.

समर्थन करा

आम्हाला स्वारस्य असल्या अर्जदारांनी त्यांनी आम्हाला जे सांगितले आहे ते बरोबर आहे याची पुष्टी करण्यासाठी त्यांच्या माजी अधिकाऱ्यांशी शक्यतो संपर्क साधावा. अर्थपूर्ण माहिती मिळविण्यासाठी मानव संसाधन विभागाऐवजी अर्जदाराच्या पर्यवेक्षकाशी बोलण्याचा प्रयत्न करा. पर्यवेक्षकाकडे उमेदवाराचे दैनंदिन मूल्यमापन असते. तर बहुतेक कंपन्यांमध्ये एच. आर. विभागाकडे फक्त एवढीच माहिती असते. जी फाईलमध्ये लिहिली असते.

बऱ्याच कंपन्या त्यांच्या माजी कर्मचाऱ्यांची माहिती इतरांना देण्याचे टाळतात. परंतु तरीही प्रयत्न करणे योग्य आहे. माहितीच्या प्रतिकारावर मात करण्याचा एक मार्ग म्हणजे आपण माहिती मागत नाही यावर जोर देणे, आपल्याला फक्त त्याची पुष्टी करायची आहे. तुम्ही कॉल करण्यापूर्वी अर्जदाराच्या अर्जातील काही प्रश्न रिझ्युमे आणि आपल्या मुलाखतीच्या नोट्स तयार करा. पार्श्वभूमीतील फक्त महत्त्वाच्या आणि उपयुक्त बाबी निवडा, जेणेकरून मर्यादित वेळेत जास्तीत जास्त माहिती मिळवता येईल.

सर्वोत्कृष्ट कर्मचाऱ्यांची निवड करणे

आपण शंभर अर्ज तपासले आहेत, ज्यामध्ये डझनभर अर्जदारांच्या मुलाखती घेतल्या आहेत आणि त्यानंतर तीन किंवा चार लोकांची एक छोटी यादी तयार केली आहे.

ज्या पदासाठी उत्कृष्ट अनुभव आणि पार्श्वभूमी आहे, ज्यांना आपण निवडणार आहोत. आपण कोणाची नियुक्ती करावी ? जेव्हा एखादे पद रिकामे असते, मग ही कोंडी अनेकदा व्यवस्थापकांसमोर येते. आपण वैयक्तिक वैशिष्ट्याच्या आधारावर आधारित हा महत्त्वपूर्ण निर्णय घेतला पाहिजे, ज्यामुळे एखादी व्यक्ती इतरांपेक्षा वेगळी बनते. ज्यांच्याकडे भरतीचे आकर्षण आहे अशा लोकांचा आपल्यावर प्रभाव पडण्याची शक्यता असते, तर या अमूर्त गुणवत्तेचा अभाव असलेल्या अर्जदारांद्वारे आपल्यावर फारसा प्रभाव पडत नाही.

अनुभवावरून असे दिसून आले आहे की जोपर्यंत ही वैशिष्ट्ये वरवरची किंवा नाटकीय नसतात, तोपर्यंत ती नोकरीतील यशाची निदर्शक असतात. हे मानवी गुण आहेत जे एखाद्याला आपल्याबरोबर, सहकाऱ्यांसह आणि संस्थेच्या आत आणि बाहेर इतरांसोबत काम करण्यास सक्षम करतात.

बाह्य व्यक्तीमत्त्व

लोकांसोबतच्या बहुतेक संवादांमध्ये, आपण त्यांच्या दिसण्यावर त्वरित प्रतिक्रिया देतो. ज्या व्यक्तीचे शारीरिक स्वरूप, पेहराव आणि देखावा आनंददायी, व्यवस्थित आणि आकर्षक आहे, बहुतेक परस्पर संबंधांमध्ये योग्य स्थितीत सुरूवात करते. याचा अर्थ असा नाही की आपण एखाद्या पुस्तकाचा केवळ मुखपृष्ठाच्या आधारे पुस्तकात काय असावे हे ठरवले पाहिजे. किंवा आपण केवळ आकर्षक पुरुष आणि सुंदर स्त्रियांकडे लक्ष दिले पाहिजे. स्वच्छता, एक आनंददायी चेहरा आणि पेहराव आणि अलंकारातील लालित्य महत्वाचे आहे, परंतु देखाव्याला अति-महत्त्व देण्याचे टाळा.

बार्बरा एक अतिशय आकर्षक मुलगी आहे. गेल्या पाच वर्षांत तिला विक्री प्रतिनिधी म्हणून चार नोकऱ्या करून बसली आहे. आणि चारही नोकऱ्यांमध्ये ती अयशस्वी ठरली. सेल्स मॅनेजर बार्बराच्या मनमोहक चेहऱ्याने इतके प्रभावित झाले की ती लगेच संभाव्य ग्राहकांना प्रभावित करेल आणि एक यशस्वी विक्रेते

होईल असे ग्रहित धरले. तथापि, बार्बराकडे ऑफर करण्यासारखे दुसरे काहीही नव्हते. तिच्या दिसण्यामुळे यशस्वी होण्याची तिला इतकी सवय झाली होती की ती कधीच मेहनत करायला शिकली नव्हती.

याचा अर्थ असा घेऊ नका की देखावा विचारात घेणे आवश्यक नाही. अनेक आकर्षक लोकांमध्येही चांगले काम करण्याची क्षमता, प्रेरणा आणि क्षमता असते. आपल्यापैकी अनेकांनी दिसण्याकडे जास्त लक्ष देण्याकडे कल असतो. म्हणून निर्णय घेण्यापूर्वी आपण एखाद्या विशिष्ट आकर्षक व्यक्तीच्या पार्श्वभूमीच्या सर्व पैलूंवर अधिक सखोलपणे पाहिले पाहिजे.

आपण आपल्यासारख्या लोकांना अधिक पसंत करतो

पामचे सर्व सहकारी तिच्या विद्यापीठाचे माजी विद्यार्थी आहेत. आयोवाच्या बेथ शिकागोमध्ये काम केले, परंतु तिचे तीन कर्मचारी देखील आयोवाचे होते. जेव्हा पाम आणि बेथ यांना विचारण्यात आले की त्यांनी हे लोक का निवडले, त्यांनी नोकरीची पात्रता, व्यक्तिमत्त्व वैशिष्ट्ये आणि बुद्धिमत्ता याबद्दल बोलले, परंतु यापैकी कोणत्याही व्यवस्थापकाच्या लक्षात आले नाही की पार्श्वभूमीचे समानता देखील एक घटक असू शकते. आपल्या स्वतःच्या जवळची पार्श्वभूमी असलेल्या लोकांना अवचेतनपणे आवडण्याची आपली प्रवत्ती असते. सारख्या सभोवतालच्या किंवा अनुभवाच्या लोकांशी वागताना सहजतेची भावना असते. हे फायदेशीर ठरू शकते, कारण यामुळे कार्यरत नातेसंबंध जलद आणि अधिक सहजपणे स्थापित केले जाऊ शकतात. तथापि, यामुळे, आपण कमी पात्र उमेदवार देखील निवडू शकतो. जेव्हा कार्यरत गटातील प्रत्येकाची पार्श्वभूमी एकसारखी असते, तेव्हा ते कमी-अधिक प्रमाणात सारखेच विचार करतात, त्यामुळे नवीन कल्पनांना कमी एक्स्पोज करणे ही नकारात्मक बाजू आहे.

आत्मविश्वास

जेव्हा फ्रँकची मुलाखत घेण्यात आली तेव्हा त्याच्यामध्ये आत्मविश्वास होता. तो त्याच्या अपयशाबद्दल बोलण्यास घाबरत नव्हता. बहुतेक लोक त्यांच्या यशाबद्दल बढाई मारून मुलाखतकाराला प्रभावित करण्याचा प्रयत्न करतात, परंतु त्याच्या विपरीत, फ्रँक त्याच्या यशाबद्दल वास्तववादी होता. त्याने अशी छाप सोडली की तो त्याच्या क्षमतेबद्दल पूर्णपणे सुरक्षित आहे. हे लक्षण आहे की फ्रँक

नोकरीमध्ये समान आत्मविश्वास प्रदर्शित करेल, ज्यामुळे त्याला नवीन परिस्थितीशी अधिक सहजपणे जुळवून घेता येईल.

अभिव्यक्तीचा प्रवाह

लॉरा तिच्या पार्श्वभूमीवर सहज आणि अस्खलितपणे बोलू शकते. ती डगमगली नाही, शब्दांच्या शोधात ती अडकली नाही. जेव्हा मुलाखतकाराने तपशील तपासला तेव्हा त्याच्याकडे कठीण, उदाहरणे आणि विशिष्ट उपयोग तयार होते. यातून केवळ त्याचे कौशल्यच नाही तर त्याची संभाषण क्षमता देखील प्रकट झाली, जी अनेक नोकऱ्यांमध्ये आवश्यक घटक आहे.

तथापि, काही लोक सहज बोलण्यात पटाईत असतात. ते त्यांच्या नोकरीबद्दल आश्चर्यकारकपणे बोलू शकतात, जरी त्यांना त्याबद्दल थोडासा अनुभव किंवा ज्ञान आहे. त्या त्या भागातील पारिभाषिक शब्द शिकून त्याचा मुक्तपणे वापर करतात. अर्जदार हा शब्द वाहक किंवा कार्यकर्ता आहे की नाही हे शोधण्यासाठी काही सखोल प्रश्न विचारा, तसेच त्याच्या किंवा तिच्या कामाची विशिष्ट उदाहरणे तपासा. गुळगुळीत बोलणारे फसवे लोक चांगल्या उत्तराचा विचार करू शकणार नाहीत.

मुत्सदी

डायनच्या मुलाखतीत तत्परता चमकत होती. आपल्या प्रश्नांना आणि टिप्पण्यांना ती उत्साही भाव आणि चेहऱ्यावरील मुद्रा देत उत्तरे देत होती. आपण त्याची ऊर्जा अनुभवू शकतो. तत्पर आणि तेजस्वी अर्जदार हे सामान्यतः प्रगतीशील आणि उत्साही लोक असतात जे त्यांचे जीवन त्यांच्या नोकऱ्यांमध्ये घालतात.

परिपक्वता

परिपक्वता व्यक्तीच्या वयानुसार मोजता येत नाही. तरुण लोक खूप प्रौढ असू शकतात, तर वृद्ध लोक बालिश असू शकतात. खरोखर प्रौढ अर्जदार प्रतिकूल किंवा बचावात्मक नसतात. त्यांना पकडण्यासाठी विरोधी पक्षाच्या वकिलांनी मांडलेल्या प्रश्नांना ते काटेरी तारा म्हणून घेत नाहीत. ते स्वतः ची करुणा दाखवत नाहीत. त्यांच्याकडे भूतकाळातील अपयश किंवा अकार्यक्षमतेची सबब नसते. त्याच्या कमकुवतपणाबद्दल बोलण्यास तितकेच उत्सुक असतात, जितके की त्याच्या सामर्थ्यांबद्दल.

हास्यबोध

इवान चिचिडा होता. मुलाखतीदरम्यान आरामदायक नव्हता आणि एकदाही हसला नाही. जेव्हा आपण एक विनोदी टिप्पणी करून मुलाखतीचे वातावरण हलके करण्याचा प्रयत्न केला तेव्हा त्याने अद्याप प्रतिक्रिया दिली नाही, परंतु परिस्थितीचा प्रकाश घेत असलेल्या अत्यंत गंभीर लोकांपैकी इवान हा एक असण्याची शक्यता आहे. आपण कधीही बाजू पाहू शकत नाही. त्यांचे निरीक्षण करणे कठीण आहे आणि कार्यसंघामध्ये काम करणे अशक्य आहे. विनोदाची भावना असलेल्या व्यक्तीबरोबर काम करणे सोपे आणि खूप मजेदार आहे. परंतु लक्षात ठेवा, काही अर्जदार अतिशय क्षुद्र असतात, जे अयोग्य विनोद करतात किंवा परिस्थितीनुसार वागत नाहीत; ते अपरिपक्व असू शकतात.

बुद्धिमत्ता

बुद्धिमत्तेचे काही पैलू चाचण्यांद्वारे मोजले जाऊ शकत असले तरी, मुलाखतींमध्येही आपण एखाद्या व्यक्तीच्या बुद्धिमत्तेवर बरेच काही शोधू शकतो. जर नोकरीला परिस्थितींमध्ये जलद प्रतिसाद आवश्यक असेल (जसे की विक्रीमध्ये, प्रश्नांना जलद आणि हुशारीने उत्तर देणाऱ्या अर्जदाराकडे त्या नोकरीसाठी आवश्यक असलेली बुद्धिमत्ता असते. जिथे प्रश्नांचे उत्तर देण्यापूर्वी विचार करणे महत्त्वाचे आहे (उदा. संशोधन अभियंता), संथ पण विचारपूर्वक दिलेला प्रतिसाद हा त्या पदासाठी आवश्यक असलेल्या बुद्धिमत्तेचा निदर्शक असू शकतो.

आभामंडळ प्रभावावर नजर ठेवा

रॉब हा संगणक क्षेत्रातील जादूगार आहे. त्याला कोणत्याही प्रकारची समस्या सांगा जी संगणकाद्वारे सोडवली जाऊ शकते आणि तो ती सोडवण्यासाठी एक प्रोग्राम तयार करेल. कंपनीचे अधिकारी त्यांच्या क्षमतेने इतके प्रभावित झाले की, त्यांनी रॉब यांना व्यवस्थापक पदावर बढती दिली. आता त्याला असे निर्णय घेण्याची गरज होती, ज्यात संगणक त्याला मदत करू शकत नाही. एका क्षेत्रात तो खूप चांगला असल्याने त्याने असे गृहीत धरले जाते की तो सर्वच क्षेत्रात ते खूप चांगले असेल.

त्याचा विपरीत 'नकारात्मक परिणाम आहे.' समोरच्या व्यक्तीमध्ये एक नकारात्मक गुण असतो, जो त्या व्यक्तीबद्दलच्या आपल्या आकलनावर इतका वरचढ असतो की आपण त्याच्यातील चांगल्या गोष्टी पाहू शकत नाही.

पूर्वाग्रह किंवा आभामंडळ नकारात्मक प्रभावांच्या मूल्यांकनाची इतर संकुचित धोरणे टाळण्यासाठी, आपण वैयक्तिक गुणांऐवजी संपूर्ण व्यक्तीकडे पाहिले पाहिजे.

यशाच्या नोंदी पहा

'जो भूतकाळ आहे, ती प्रस्तावणा आहे.' आतून पदोन्नोती असो किंवा बाहेरून नवीन कर्मचारी नियुक्त करणे असो, नवीन नोकरीसाठी लोकांची निवड करताना सर्वात महत्त्वाचा घटक म्हणजे त्यांचे यशाचे भूतकाळातील रेकॉर्ड. यशस्वी लोकांमध्ये रेकॉड्र कायम ठेवण्याची प्रवृत्ती असते. सरासरी नोंदी असलेल्या कर्मचाऱ्यांची त्यांच्या सरासरी कामगिराची पुनरावृत्ती करण्याची प्रवृत्ती असते. त्या कर्मचाऱ्याने मागील नोकऱ्यांमध्ये किंवा कामात काय मिळवले आहे याचे मूल्यमापन केल्यास, आपल्याला स्पष्ट चित्र मिळू शकते की तो नवीन स्थितीत काय करू शकतो. अर्जदारांना त्यांचे मुख्य योगदान काय होते ते विचारा. मागील नोकऱ्यांमध्ये यशाचा नमुना शोधण्यासाठी आणि त्याचे मूल्यमापन करण्यासाठी. जेव्हा लीने विक्रीच्या नोकरीसाठी अर्ज केला, तेव्हा त्याच्याकडे एक विशिष्ट कल्पना होती तथापि, मागील प्रशासकीय नोकरीतील त्याच्या यशाच्या रेकॉर्डवरून असे दिसून आले आहे की तो अनेक क्षेत्रांतील जटिल समस्या हाताळू शकतो आणि सोडवू शकतो. विक्री मॅनेजरने ओळखले की विक्रीमध्ये हा एक मोठा फायदा आहे. म्हणून त्याने ते काम स्वीकारले. अधिक अनुभवी विक्रेत्याऐवेजी ली ला निवडले. ली या नवीन पदावर यशस्वी होत राहिले, आणि काही महिन्यांतच तो कर्मचाऱ्यातील सर्वोत्कृष्ट विक्रेत्यांपैकी एक बनण्याच्या मार्गावर होता.

एखादी व्यक्ती नोकरीला काय समजतो, यावरून देखील उमेदवाराबद्दल बरीच माहिती मिळते. बॅटी तिच्या कंपनीची ऑफिस मॅनेजर होती. काम सुरळीत चालले, कोणत्याही प्रकारचा उद्रेक झाला नाही आणि सर्वकाही वेळेवर आणि अचूकतेने पूर्ण झाले. ही त्यांची मुख्य कामगिरी होती. हे चांगले धोरण आहे, अट एकच की आपल्याला 'देखभाल' व्यवस्थापकाची आवश्यकता असेल जो यथास्थिती राखू शकेल. तथापि, जर आपण नावीन्य किंवा सर्जनशीलता शोधत असाल, तर उत्पादकता सुधारण्यासाठी नवीन यंत्रणा लागू केलेल्या किंवा अधिक कार्यक्षम करण्यासाठी एखाद्या विभागाची पुनर्रचना केलेल्या व्यक्तीला शोधणे चांगले आहे.

अर्जदाराला ज्या कामगिरीचा अभिमान आहे, ते कामाच्या स्वरूपाविषयीची

त्याची/तिची वृत्ती देखील दर्शवतात. गॅरो मानव संसाधन एक्झिक्युटिव्ह पदाचे दावेदार होते. त्याच्या कामगिरीबद्दल विचारले असता, त्याने अभिमानाने वर्णन केले की त्याने आपल्या कंपनीसाठी बॉलिंग लीग तयार केली आणि सॉफ्टबॉल स्पर्धा आयोजित केल्या. एलीनने सांगितले की तिने एक एक योजना तयार केली होती, ज्याचा परिणाम असा झाला की खर्च वाचवणाऱ्या अनेक नवीन कल्पना समोर आल्या. या उत्तराच्या आधारावर चांगला उमेदवार कसा ठरवणार ?

उत्साह

हा एक अतिशय महत्त्वाचा अमूर्त गुण आहे आणि 'भरतीच्या आकर्षकतेचा' एक महत्त्वाचा घटक आहे. त्याचे वर्णन करणे कठीण आहे, परंतु जेव्हा आपण ते पाहतो तेव्हा आपल्याला ते समजते. उत्साही व्यक्ती सहानुभूतिपूर्ण प्रतिक्रया करतो आणि ज्या मुद्यांवर चर्चा होत आहे, त्याबद्दल खरी चिंता दर्शवतो. तो मुलाखतीत मोकळेपणाने बोलतो आणि आपल्याला देखील आरामदायक करतो. असतो आणि आपल्याला देखील आरामदायक वाटतो. अशा प्रकारचे व्यक्तिमत्व असलेली व्यक्ती कोणत्याही वातावरणात आरामदायक असते आणि तो विभागामध्ये लवकर आणि अधिक नैसर्गिकरित्या मिसळण्याची अधिक शक्यता आहे. अशा लोकांना पसंत केलया जाते आणि त्यांच्यासोबत रहाणे तसेच काम करणे सोपे होते.

फीडबॅकबद्दल संवेदनशील

जो अर्जदार आपल्या शाब्दिक प्रश्न आणि टिप्पण्या तसेच आपल्या देहबोलीचे प्रश्न समजतो तो कदाचित नोकरीतही असेच करेल. ही गुणवत्ता कार्यालयात अमूल्य आहे. अशा लोकांना प्रशिक्षण देणे सोपे आहे. ते सूचना आणि टीका सहजपणे स्वीकारतात, त्यांचे अनुसरण करतात आणि त्यांच्या समवयस्कांसह चांगले कार्य करतात.

उत्स्फूर्तता

जी व्यक्ती सहज आणि आरामदायी आहे, ती व्यक्ती एक संतुलित व्यक्ती असते. तथापि, या आधारावर घाबरलेल्या अर्जदाराला नकार देवू नका. चिंताग्रस्त कर्मचाऱ्याच्या अस्वस्थतेची कारणे शोधण्यासाठी क्षमता, संयम आणि दृढनिश्चय आवश्यक आहे. कदाचित त्याची अस्वस्थता त्याचे खरे स्वरूप लपवत असेल.

अर्जदाराला माहिती देणे

अर्जदाराची कंपनी आणि पदाची माहिती देणे हा मुलाखतीचा महत्त्वाचा भाग आहे. जर आपल्याद्वारे निवडलेल्या अर्जदारांनी आपली ऑफर स्वीकारली नाही तर चांगले कर्मचारी मिळविण्यासाठी केलेली सर्व मेहनत आणि खर्च वाया जाईल. मुलाखतीतील स्थितीचे सकारात्मक चित्र असल्यास स्वीकृती दर खूप जास्त असण्याची शक्यता आहे.

पदाबद्दल कधी आणि काय सांगावे

काही मुलाखती अगदी सुरुवातीलाच पदाच्या कर्तव्यांचे वर्णन करतात. काही जण मुलाखतीपूर्वी अर्जदारांना त्या पदाच्या नोकरीच्या तपशीलाची माहिती देतात. ही एक गंभीर चूक आहे. जर अर्जदार एखाद्या कामाबद्दल खूप लवकर ओळखला जातो तर या गोष्टीची शक्यता आहे की तो त्याच्या आधारावरच आपल्या प्रश्नांचे उत्तर तयार करील.

उदाहरणार्थ, आम्ही संभाव्य अर्जदाराला असे सांगतो की त्याला डिपार्टमेंट स्टार चेनला वस्तू विकायच्या आहेत. जरी तुम्हाला या क्षेत्रातील अनुभव फारच कमी असला तरी, 'तुम्ही कोणत्या क्षेत्रात विकले?' असे जेव्हा आपण विचारतो, तेव्हा कल्पना करा की तो कशावर जोर देईल.

कर्तव्ये आणि जबाबदारीच्या संदर्भात कळवण्याचा सर्वोत्तम मार्ग म्हणजे मुलाखतीदरम्यान अर्जदाराला हे कळवणे, परंतु अर्जदाराची त्या क्षेत्रातील पार्श्वभूमी आपण तपासली पाहिजे.

मुलाखतकर्ताः तुम्हाला कसल्याप्रकारचे सामान विकण्याचा अनुभव आहे ? अर्जदारः औषध दुकान साखळी, डिस्काउंट स्टोअर्स, डिपार्टमेंट स्टोअर्स आणि मेल ऑर्डर हाउसेस. या नंतर प्रत्येक क्षेत्राबद्दल विशिष्ट प्रश्न विचारून अर्जदाराचा अनुभव तपासा. डिपार्टमेंट स्टोअरचा अनुभव समाधानकारक असल्यास, मुलाखत घेणारा नंतर म्हणू शकतो, 'मला आनंद आहे की तुम्हाला डिपार्टमेंट स्टोअर चेनसह विक्रीचा इतका अनुभव आहे, कारण ते आमच्या ग्राहकांच्या यादीतील ४० टक्के भाग आहे. जर तुमची निवड झाली, तर तुम्हाला त्यांच्याशी जवळून काम करावे लागेल.'

या क्षेत्रात अनुभव कमकुवत असल्यास, मुलाखतकार म्हणू शकतो, 'आम्ही डिपार्टमेंटल स्टोअर चेनसह बरेच व्यवसाय करत असल्याने, जर तुम्हाला या पदासाठी

नियुक्त केले असेल तर, आम्हाला तुम्हाला अतिरिक्त प्रशिक्षण द्यावे लागेल.

बहुतेक मुलाखतदार अर्जदाराला मुलाखतीच्या वेळी (सामान्यतः शेवटी) नोकरी आणि कंपनीबद्दल प्रश्न विचारण्याची संधी देतात. अर्जदाराने विचारलेले प्रश्न त्याच्या व्यक्तिमत्त्वाबद्दल माहिती देऊ शकतात आणि त्याच्या मूल्यमापनात मदत करू शकतात.

त्याचे प्रश्न वैयक्तिक स्वरूपाचे आहेत (जसे की सुट्टी, सुविधा, पगारवाढ इ.) की नोकरीच्या संदर्भात काही प्रश्न आहेत ?

जे लोक केवळ वैयक्तिक पैलूंबद्दल काळजी घेतात त्यांना नोकरीवर लक्ष केंद्रित करण्याची आणि उच्च प्रेरणा मिळण्याची शक्यता कमी असते. त्यांचे प्रश्न हे देखील सूचित करतात की त्यांना कोणत्या क्षेत्रामध्ये नोकरीमध्ये खरोखर रस आहे. जर अर्जदाराच्या प्रश्नावरून आपल्याला असे वाटत असेल की एखादा आशावादी उमेदवार नोकरीबद्दल फारसा उत्साही नाही, तर आपल्याला त्या उमेदवारासाठी आपल्या कंपनीत येण्याचे फायदे मोजण्याची संधी मिळते.

मुलाखत घेताना आपण नेहमीच 'विक्री' करत असतो. आपण आपल्या कंपनीचे आणि स्थितीचे सकारात्मक आणि उत्साही रीतीने वर्णन करणे महत्त्वाचे आहे. याचा अर्थ असा नाही की आपण अतिशयोक्तीचा अवलंब करावा किंवा अर्जदाराची दिशाभूल करावी. मुलाखतीत, अर्जदाराला संभाव्य नोकरीचे नकारात्मक पैलू समजावून सांगा, परंतु हे देखील दर्शवा की आणखी सकारात्मक पैलू आहेत. उदाहरणार्थ, 'या नोकरीमध्ये आपले जटिल तांत्रिक प्रशिक्षण घेण्यासाठी तुम्हाला सुरुवातीला काही महिने ओव्हरटाईम करावे लागेल, परंतु या क्षेत्रातील तुमचे कौशल्य वाढेल कारण तुम्ही आमच्या यंत्रसामग्रीवर प्रभुत्व मिळवू शकता.'

आमग आपण कंपनीत कार्यरत एखाद्या वर्तमान कम्रचाऱ्याला पदारेन्नती देण्याच्या संदर्भात विचार करीत असाल किंवा बाहेरील अर्जदाराला नियुक्त करीत आहोत, योग्य निर्णय सुनिश्चित करण्यासाठी शक्य ते प्रत्येक पाऊल उचलणे अत्यावश्यक आहे. वैयक्तिक आवडीनिवडी आणि नापसंती, दिसण्यावर जास्त जोर देणे आणि आभा किंवा नकारात्मक प्रभावांचे धोके याबद्दल जागरूक रहा. भूतकाळात यशस्वी झालेल्या, नोकरीबद्दल सकारात्मक दृष्टीकोन, पदाबद्दल हुशारी आणि उत्साही, सहज आणि प्रौढ व्यक्तिमत्त्व असलेल्या लोकांना शोधा.

प्रकरण ९

नेतृत्व संबंधी समस्येतून बाहेर पडणे

जेव्हा आपल्याला नेतृत्त्वाच्या पदावर पदोन्नती दिली जाते किंवा नेतृत्व पदांवर नियुक्त केले जाते, तेव्हा आपल्याकडे आपोआप कौशल्ये आणि तंत्रे नसतात ज्यामुळे आपण चांगले नेते बनतो. आपल्याला त्यांना शिकावे लागते. हे आपल्या समवयस्कांचा आदर मिळवण्यापासून सुरू होते.

तुम्ही जे करता त्यात चांगले व्हा, लोक व्यावसायिक शैलीचा आदर करतात. याचा अर्थ असा नाही की आपण आपल्या प्रत्येक कर्मचाऱ्यांपेक्षा चांगले काम करू शकले पाहिजे. किंबहुना, एखादी व्यक्ती व्यवस्थापनात जितकी वरच्यावर पोहोचते, तितकीच त्याच्या कर्मचाऱ्यांची अनेक कामे करण्याची शक्यता कमी असते. कंपनीचा अध्यक्ष प्रत्येक कंपनीची उपकरणे किंवा प्रोग्राम संगणक चालवू शकतो हे फारच कमी आहे. व्यवस्थापनाच्या खालच्या स्तरावरही, आपल्याला आपल्यापेक्षा खूप वेगळया नोकऱ्या करणाऱ्या लोकांवर देखरेख करण्याची आवश्यकता असू शकते. पण आम्ही जे काही करतो ते जर व्यावसायिक पद्धतीने केले तर आपले कर्मचारी आपला आदर करतील.

लोकांसोबत न्यापूर्ण व्यवहार करा

जोपर्यंत आपण आपल्या कर्मचाऱ्यांना समान वागणूक देत नाही, तोपर्यंत ते आपला सन्मान करणार नाहीत. उलट ते आपला द्वेष करतील. याचा अर्थ असा नाही की आपण प्रत्येक कर्मचाऱ्याचे त्याच प्रकारे व्यवस्थापन केले पाहिजे. प्रत्येकजण एकमेकांपासून वेगळा असतो आणि एक चांगला नेता हा फरक ओळखतो आणि प्रत्येक व्यक्तीच्या वैयक्तिक वैशिष्ट्यांनुसार त्याच्याशी व्यवहार करायला शिकवतो.

तुमच्या कर्मचाऱ्यांचे संरक्षण करा: आपल्या विभागाचा दुसऱ्या विभागाशी काही वाद चालू असेल, तर आपण आपल्या कर्मचाऱ्यांचे संरक्षण केले पाहिजे, जरी ते नेहमीच राजकीयदृष्ट्या फायदेशीर नसले तरीही. कॅरीने एका प्रकल्पासाठी आवश्यक काम पूर्ण करण्यासाठी पूर्ण प्रयत्न केला, ज्यावर तिचा सहकारी स्टॅन काम करीत होता. नवीन संगणक सॉफ्टवेअरमधील तांत्रिक अडचणींमुळे तेथील कर्मचाऱ्यांना मुदतीपर्यंत काम पूर्ण करता आले नाही. स्टेन त्याच्या कार्यालयात आला आणि बडबड करू लागला. 'तुमचे कर्मचारी काय करत आहेत ? जोपर्यंत तुम्ही त्यांना सर्व डेटा देत नाही तोपर्यंत माझे कर्मचारी आमच्या प्रकल्पावर काम करण्यास सुरुवात करू शकत नाहीत. संगणक खराब असल्याची कारणे सांगू नका.'

कॅरी तिच्या सहकाऱ्यांना विरोधक बनवू इच्छित नव्हती, पण तिला माहित होते की तिचे कर्मचारी डेटा मिळविण्यासाठी सर्वतोपरी प्रयत्न करीत आहेत आणि त्यांना खरोखर संगणक समस्या येत आहेत. त्याने प्रतिक्रिया दिली: 'स्टॅन, आम्ही तुमच्याइतकेच डेटा मिळवण्याबद्दल चिंतित आहोत, परंतु संगणकाची समस्या खरी आहे, त्यासाठी कोणतेही कारण नाही. मी तांत्रिक कर्मचाऱ्यांना समस्येचे निराकरण करण्यासाठी बोलावले आहे आणि ते आज केले जाईल.'

लोकांनी जे केले त्याचे श्रेय त्यांना द्या: कामाचे कौतूक करा. लोकांना कळू द्या की त्यांच्या कामाचे कौतूक झाले आहे. दुसरीकडे, पर्यवेक्षक करू शकणाऱ्या सर्वात विनाशकारी गोष्टींपैकी एक म्हणजे एखाद्या कर्मचाऱ्याने केलेल्या कामाचे पूर्ण श्रेय स्वतः घतो.

आमच्या सहकाऱ्यांचे ऐका: जोपर्यंत कोणी ऐकत नाही, तोपर्यंत आपण इतरांशी सतत नाते टिकवून ठेवू शकत नाही. तथापि, ऐकणे म्हणजे ऐकणे. कान उघडे ठेवून उभे रहाणे किंवा बसणे नाही. आपण सक्रिय श्रोते असले पाहिजे. सक्रिय श्रोते काय बोलले याबद्दल प्रश्न विचारतात. ते ते पुन्हा सांगतात. त्यांच्या स्वतःच्या शब्दात, 'म्हणून मी त्याकडे या प्रकारे पाहतो...' ज्यावेळी लोकांना कळते की आपण खरोखर त्यांचे ऐकतो, मग ते आपला आदर करू लागतात.

आपल्या स्टाफचे समर्थन करा: प्रकरण ६ मध्ये वर्णन केल्याप्रमाणे तुमच्या कर्मचाऱ्यांना त्यांच्या कामात यशस्वी होण्यासाठी अशी साधने आणि तंत्रे

द्या की ते त्यांच्या कामात यशस्वी होतील. जेव्हा आवश्यक असेल तेव्हा, तुमच्या लोकांना प्रशिक्षण देण्यासाठी वेळ काढा, जरी त्यासाठी अतिरिक्त तास काम करणे किंवा दुसरा प्रकल्प पुढे ढकलणे, त्यांना समस्या आल्यावर त्यांना विश्वास द्या की ते आपल्या कार्यसंघाचा एक भाग आहेत.

नेतृत्वाच्या घोडचुका ज्या टाळल्या पाहिजेत

पर्यवेक्षक बनणे कधीही सोपे नसते आणि जेव्हा एखाद्याला पहिल्यांदाच पर्यवेक्षक म्हणून बढती दिली जाते तेव्हा हे विशेषतः कठीण असते. पर्यवेक्षकांनी केलेल्या काही सामान्य चुकांवर एक नजर टाकूया.

चुकीच्या मार्गाने सुरुवात करणे: नवीन नोकरी सुरू करताना आपण उचललेली पहिली पावले येत्या काही महिन्यांत विभागातील वातावरण निश्चित करेल. आपल्याला प्रमोशन मिळाले, तर तशी चांगली संधी आहे की विभागातील इतर लोकांचा डोळाही त्या पदावर खिळलेला असतो. आपल्याला यशस्वी होण्यासाठी आपल्या पूर्वीच्या प्रतिस्पर्ध्यांचा पाठिंबा मिळवणे आवश्यक आहे. त्यांचा असंतोष कमी करण्यासाठी, आपल्या जाहिराती स्वतः जाहीर न करणे चांगले. हे बॉसने केले पाहिजे, ज्याने निर्णय घेतला आहे. त्याने अयशस्वी उमेदवारांसोबत बसून अशा गोष्टी सांगायला हव्यातः

'टॉम, तुम्हाला माहिती आहेच की, मी पदोन्नतीसाठी विचारात घेतलेल्या तीन लोकांपैकी तुम्ही एक होता. तुम्ही सर्व खूप पात्र लोक आहात, परंतु एकच पद रिक्त असल्यामुळे मी एक निवडणे आवश्यक होते. तो एक कठीण निर्णय होता. या पदासाठी मी स्वेलची निवड केली. याचा अर्थ असा नाही की तुमचे काम चुकीचे आहे, परंतु स्वेलला नवीन साधनाची आवश्यकता असल्याने ते खूपच छान आहे. ज्ञान आहे, म्हणूनच मला याची जाणीव झाली की तो विभाग अधिक जलद उत्पादक बनवू शकतो. आपण विकास करीत आहोत आणि पुढील संधी आल्यावर तुमच्या नावाचा निश्चितपणे विचार केला जाईल. मी गोष्टीचे कौतूक करीन, जर तुम्ही सूजनला सर्व प्रकारची मदत केली, जी तुम्हाला शक्य आहे. जेणेकरून हा विभाग आम्हाला माहीत आहे तितका चांगला होईल. जेव्हा सूजन सुरू करते, तेव्हा तिने मीटिंग बोलावून असे म्हणू नये की, 'मी या विभागातील नवीन बॉस आहे आणि आम्ही येथे माझ्या पद्धतीने कामे करणार

आहोत.' 'मित्र बनवण्याचा आणि कर्मचाऱ्यांना प्रभावित करण्याचा हा मार्ग नाही. मीटिंग बोलवण्याऐवजी, विभागातील प्रत्येकाशी वैयक्तिक संभाषण करा. आपले विचार सामायिक करा. त्यांचे विचार जाणून घ्या. त्यांच्या सहकार्यासाठी विचारा. 'मी हे काम एकटी करू शकत नाही हे टीमचा प्रयत्न आहे. मला तुमच्या मदतीची गरज आहे. 'कदाचित नवीन पर्यवेक्षक झाल्यानंतर, आल्याला विभागातील घडामोडींमध्ये ताबडतोब आणि आमूलाग्र बदल घडवायचा आहे. असे करू नका. बदल क्रांतीने नव्हे तर विकासाने व्हायला हवा.

कर्मचारी मित्रांशी- पर्यवेक्षकाशी वागणे: कसे एखाद्याने त्याच्या अधीनस्थांशी मैत्रीपूर्ण असायला हवे? खूप मैत्रीपूर्ण असण्याचा धोका असतो की आपल्यावर जितके नियंत्रण असावे तितके आपले नियंत्रण नसू शकते, तर खूप दूर असण्याने शत्रुत्व आणि सहकार्याचा अभाव होऊ शकतो. मध्यम मार्ग शोधणे सोपे नाही.

बार्बराला डेटा एन्ट्री विभागाच्या पर्यवेक्षक पदावर बढती मिळाली आणि ती दहा महिलांची अधिकारी बनली. त्यापूर्वी तिची तिघांशी खास मैत्री होती. आता ती त्यांची बॉस झाली आहे. तिला हे करावे लागेल का ? नातेसंबंध असावेत का ? पुढे चालू ठेवायचे ? तिला या स्त्रिया आवडल्या होत्या आणि त्यांची मैत्री गमावू इच्छित नाही. तथापि, विभागातील इतर कर्मचाऱ्यांना हेवा वाटत होता, आणि जरी बार्बराने पक्षपाती न होण्याचा सर्वतोपरी प्रयत्न केला, तरीही तिची कृतीकडे अनेकदा नकारात्मक नजरेनेच पाहिल्या जात होते.

याबद्दल अस्वस्थ होऊन बार्बराने एका अनुभवी व्यवस्थापकाचा सल्ला मागितला. तो म्हणाला, 'माझ्या कारकिर्दीत मला अनेक दुःखद प्रसंगांना सामोरे जावे लागले आहे, त्यापैकी एक म्हणजे मला सीडीवर चढताना माजी सहकाऱ्यांशी वैयक्तिक संबंध तोडावे लागले, परंतु तसे करणे आवश्यक होते. असे अचानक करू नका. ते योग्य मार्माने करा. हळूहळू मधल्या सुट्टीतील भेटीगाठी एकत्र भोजन कमी करा. सुरूवातीला याचा तुमच्या जुन्या मित्रांना त्रास देईल आणि तुम्हालाही आनंद होणार नाही, परंतु जोपर्यंत तुम्ही हे करत नाही, तोपर्यंत तुम्ही तुमचा विभाग कार्यक्षमतेने चालवू शकणार नाही आणि तुमची या कंपनीत प्रगती होण्याची शक्यता कमी होईल.'

लोकांचे गुण समजणे आणि त्यांचा वापर करण्याची कला

क्लॉडिया आणि डेव्ह खूप सर्जनशील लोक होते. त्यांच्याकडे अनेक चांगल्या कल्पना होत्या, ज्यामुळे त्यांच्या विभागातील प्रत्येक काम अधिक सोपे होऊ शकले असते. पण तिची पर्यवेक्षक, कार्लाने आपण नेहमी करतो तसे सर्व काही केले पाहिजे' असा आग्रह धरला.

जेव्हा कार्लाला तिच्या विभागाच्या कमी उत्पादनाबद्दल तिच्या बॉसने फटकारले तेव्हा ती चिडली, 'ही माझी चूक नाही. माझे कर्मचारी बेजबाबदार नाहीत. जर त्याने लॉडिया, डेव्ह आणि त्याच्या इतर अनेक सहकाऱ्यांच्या गुणांचा वापर केला असता, तर त्यांच्या योगदानामुळे केवळ उत्पादनच नाही तर त्याच्या अधीनस्थांच्या कामात सुधारणा झाली असती, ज्यामुळे आणखी चांगले परिणाम मिळू शकले असते.

नकारात्मकतेचा सामना: अनेक कंपन्यात आपल्याला नकारात्मक विचार करणारे सापडतील. ते नेहमी नवीन विचारांना विरोध करण्याचा कोणता न कोणता बहाणा शोधतील. चला नकारात्मक लोकांमुळे उत्पन्न होणाऱ्या काही समस्यावर एक नजर टाकू.

* बदलाचा प्रतिकार. सकारात्मक दृष्टीकोन असलेले लोक देखील बदलू इच्छित नाहीत. अशा प्रकारे गोष्टी करत राहणे आरामदायक आहे. जसे त्याने नेहमीच केले आहे. तार्किक कारण देऊन सकारात्मक लोकांना बदलासाठी प्रवृत्त केले जाऊ शकते. नकारात्मक लोक फक्त प्रतिकार करण्यासाठी बदलाला विरोध करतात. कोणताही तर्क उपयोगी पडत नाही. ते अशी परिस्थिती देखील गोंधळात टाकू शकतात की ते म्हणू शकतात, मी तुम्हाला सांगितले होते.
* संघाच्या मनोबलावर परिणाम. जसे एक कुजलेले सफरचंद सफरचंदाचे संपूर्ण रोप सडवू शकते, त्याचप्रमाणे एक नकारात्मक व्यक्ती संपूर्ण संघाचे मनोबल नष्ट करू शकते.

भावनांवर नियंत्रण ठेवा. नकारात्मक लोकांसमोर अधीर होणे सोपे असते. तथापि, जर कोणी सतत आपल्याकडे दुर्लक्ष करत असेल तर नाराजी दाखवण्याची गरज नाही. अशाप्रकारे विचार करू नका की तो जुन्या पद्धतीने विचार करीत आहे. मी त्याला मला इकडून तिकडे ढकलण्याची परवानगी देणार

नाही. त्याऐवजी आपण ही विचारसरणी आत्मसात केली पाहिजे,' ती प्रस्थापितविरोधी भावना व्यक्त करत आहे. त्याचा माझ्याशी किंवा समस्येशी काही संबंध नाही. याकडे वैयक्तिक अपमान म्हणून न पहाता, आपण त्यास भावनिकऐवेजी तार्किक पद्धतीने सामोरे जाऊ शकतो.

स्पष्टपणे लक्षात येणारे दिशादर्शन ठरवा: नकारात्मक लोकांशी व्यवहार करताना अगदी स्पष्ट सूचना देण्याऐवजी स्पष्टपणे समजण्यायोग्य मार्गदर्शक तत्त्वे ठरवा. त्यांना नेमून दिलेले काम कसे पूर्ण होईल आणि विचारा अंतिम मुदत काय असेल. त्यांना कार्यक्षमतेचे अगदी स्पष्ट स्केल द्या. परंतु ते पूर्ण करण्यासाठी काय करावे लागेल हे त्यांना ठरवू द्या. यामुळे तपशील आणि क्षुल्लक मुद्यांवर कमी संघर्ष होऊ शकतो. तरीही नकारात्मक लोकांना आक्षेप घेण्यासारख्या गोष्टी शोधतील, परंतु त्यांच्या कामावर अधिक नियंत्रण देऊन, तुम्ही प्रत्येक टप्प्यावर लढण्याची त्यांची गरज कमी करता.

ते जे म्हणत नाही, ते ऐका: नकारात्मक लोक आपल्याला न संकेचता सांगतात की त्यांच्या मनात काय आहे. तथापि, होऊ शकते की ते खरे कारण सांगत नसावेत की बदनामीची भीती किंवा आपल्याला ते आवडणार नाही. अनेकदा नकारात्मकता ही मदतीची ओरड असते. त्यांच्या तक्रारींमध्ये उल्लेख नसलेली क्षेत्रे पहा. अशा प्रकारे आपण नकारात्मक वृत्तीचे खरे कारण बाहेर आणू शकतो.

अशा परिस्थितींवर प्रतिक्रिया देऊन, वास्तविक परिस्थिती तसेच गैरसमजामुळे होणाऱ्या त्रासावर प्रतिक्रिया देण्यासाठी आपण क्षणात काय बोलू किंवा करू शकतो हे ठरवा. गैर-निर्णय, गैर-गंभीर अभिप्राय सहकाऱ्याला अधिक भावना व्यक्त करण्यास प्रोत्साहित करेल, त्याला समजून घेतले आहे असे त्याला वाटले पाहिजे. एकदा असे केले तर त्या व्यक्तीचे सहकार्य करण्याची शक्यता वाढते.

तात्काळ समस्येचे विश्लेषण केल्यावर, आपल्या लक्षात आले की कर्मचाऱ्याला भीती आहे की त्याला पसंत केल्या जात नाही, तर त्या कर्मचाऱ्याच्या काही चांगल्या कामावर टिप्पणी करा आणि कौतूक करून त्याला धीर द्या.

सकारात्मक संबंध निर्माण करण्यासाठी काम करा: नकारात्मक लोकांचा विश्वास वाढवणे आवश्यक असते. त्याच्याशी मजबूत सकारात्मक नातेसंबंध

निर्माण करण्याचा प्रयत्न करून आपण त्याचे व्यक्तिमत्त्व बदलू शकत नाही, परंतु आपण त्याच्या वागणुकीवर नक्कीच प्रभाव टाकू शकतो.

त्यांच्याशी बोला. त्यांच्या आवडीनिवडी, त्यांची उद्दिष्टे, त्यांचे वास्तविक जीवन याबद्दल शक्य तितके जाणून घ्या. या नोकरीतून त्यांना काय हवे आहे, जे त्यांना सध्या मिळत नाही ते शोधा. शक्य असल्यास, त्यांच्या समस्यांवर मात करण्यासाठी आणि त्यांचे ध्येय गाठण्यासाठी त्यांना प्रशिक्षण, समर्थन आणि प्रशिक्षण द्या.

त्याचे मित्र असणे आवश्यक नाही, परंतु आपण त्याचे शत्रू होऊ नये हे महत्त्वाचे आहे. तुमचे निर्णय स्पष्ट करण्यासाठी वेळ काढा. त्यांची विचार आणि मते विचारा. त्यांच्याशी गैर-व्यावसायिक समस्यांबद्दल अनौपचारिकपणे बोला, जेणेकरून ते आपल्याला ते बॉस किंवा व्यवस्थापनाचे प्रतिनिधी म्हणून न पाहता संपूर्ण माणूस म्हणून पाहतील.

जर आम्ही नकारात्मक लोकांबद्दल जाणून घेण्यासाठी वेळ काढला आणि समस्या असलेल्या कर्मचाऱ्यापासून समस्या असलेल्या व्यक्तीपर्यंत त्यांच्याबद्दल विचार करण्याची पद्धत बदलली तर आपले संबंध अधिक नितळ आणि अधिक फलदायी होतील.

***